அயல் பெண்களின் கதைகள்

சிங்களத்திலிருந்து தமிழில் : எம்.ரிஷான் ஷெரீப்

அயல் பெண்களின் கதைகள்	:	சிறுகதைகள்
சிங்களத்திலிருந்து தமிழில்	:	ரிஷான் ஷெரீப்
	:	© ஆசிரியருக்கு
முதற்பதிப்பு	:	டிசம்பர் 2019
அட்டை வடிவமைப்பு	:	பி.எஸ். வம்சி
வெளியீடு	:	வம்சி புக்ஸ்
		19, டி.எம்.சாரோன்,
		திருவண்ணாமலை - 606 601
		9445870995, 04175 - 235806
அச்சாக்கம்	:	மணி ஆப்செட், சென்னை - 600 077
விலை	:	₹ 160/-
ISBN	:	978-93-84598-71-6

Ayal penkgalin kathigal	:	Short Story
From Singala to Tamil	:	Rishan Shareef
	:	© Author
First Edition	:	December - 2019
Wrapper Design	:	B.S. Vamsi
Published by	:	Vamsi books
		19.D.M.Saron,
		Tiruvannamalai - 606 601
		9445870995, 04175 - 235806
Printed by	:	Mani Offset, Chennai - 600 077
	:	₹ 160/-
ISBN	:	978-93-84598-71-6

www.vamsibooks.com - e-mail: vamsibooks@yahoo.com

ஹஷானாவுக்கு!

மொழிபெயர்ப்பாளர் குறிப்பு

சிறுபிராயத்தில் பொறுக்கிச் சேர்த்த மஞ்சாடிகள் எத்தனைப் பேருக்கு ஞாபகமிருக்கும்? எங்கேனும் எழில் சிவப்பு நிறத்தைக் காண நேரும்போது யாருக்கெல்லாம் மஞ்சாடிகள் நினைவுக்கு வருகின்றன? மஞ்சாடி மரங்கள் அருகிக்கொண்டு வரும் காலத்தில், எந்தப் பெறுமதியுமற்று தரையில் சிதறி வீழ்ந்து கிடந்த மஞ்சாடிகளைப் பற்றிப் பேசிக் கொண்டிருக்கிறோம், இல்லையா?

ஜீவிதத்தில் ஓரோர் பிராயமும் கூட மஞ்சாடிகள்தாம். தங்கத்தை எடை பார்க்க மாத்திரம் பத்திரமாக எடுத்து வைத்திருக்கும் மஞ்சாடிகளைப் போல, அவ்வப் பருவத்தை வாழ்ந்து கடந்ததும், சில முக்கியமான ஞாபகங்களை மாத்திரம் தனியாக மனதில் பத்திரப்படுத்தி வைத்துக் கொள்கிறோம். வாழ்நாள் முழுவதும் அவ்வப்போது அச்சிவப்பு மஞ்சாடிகள் நினைவுகளில் உருண்டு கொண்டேயிருக்கின்றன.

இந்த நூலில் கோர்க்கப்பட்டுள்ள கதைகளும் அவ்வாறுதான். பெண்கள் தமது சிறுபிராய, பதின்ம, நடுத்தர, முதிய வயதுகளில் எதிர்கொள்ள நேரும் பலவற்றையும் தமது சுய அனுபவங்களோடு சேர்த்து, கதைகளாக மாற்றி வாசகர்களின் முன்னிலையில் வைத்திருக்கிறார்கள். இவற்றுள் சினேகங்கள், தடுமாற்றங்கள், சங்கடங்கள், துயரங்கள், இழப்புகள் என அனைத்து உணர்வுகளும் கலந்திருக்கின்றன.

இவையனைத்தும் தேர்ந்த நாவலாசிரியைகளாக, சிறுகதை எழுத்தாளர்களாக பல நூல்களை எழுதி வெளியிட்டு, பல விருதுகளை வென்றுள்ள பெண் எழுத்தாளர்களின் சிறுகதைகள் ஆகும். சிங்களப்

பெண் எழுத்தாளர்கள் எழுதியுள்ள சிறுகதைகள் தமிழில் மொழிபெயர்க்கப்பட்டு ஒரு முழுத் தொகுப்பாக வெளிவருவது இதுவே முதற்தடவை என அறிகிறேன்.

தமிழ் வாசகர்களுக்கான இக்கதைகள் அனைத்தும் சிங்கள மொழியில் எழுதப்பட்டவை. இவற்றைத் தமிழில் மொழிபெயர்த்து ஒரு தொகுப்பாகத் தர முடிந்ததில் மகிழ்ச்சியடைகிறேன். இக் கதைகளை வாசித்துக் கொண்டு போகும்போது, இன்னலுறும் தமிழ் மக்களுக்கு ஆதரவான ஒரு குரல் இக்கதைகளினுள்ளிருந்து வெளிப்படுவதை, நீங்கள் உணரலாம்.

இலக்கியத்துறையில் இயங்க என்னை எப்போதும் ஊக்கப்படுத்தும் அன்புச் சகோதரி ஃபஹீமா ஜஹானுக்கும், இச்சிறுகதைகளை மொழிபெயர்க்க அனுமதித்த எழுத்தாளர்களுக்கும், இச்சிறுகதைகளில் சிலவற்றைத் தனித் தனியாகப் பிரசுரித்த அம்ருதா, ஆக்காட்டி, கலைமுகம், புது எழுத்து, தடம் ஆகிய இதழ்களுக்கும், இவற்றை ஒரு முழுத் தொகுப்பாக வெளியிட்டுள்ள அன்பிற்குரிய 'வம்சி' ஷைலஜா பவாசெல்லதுரைக்கும், மிகப்பொருத்தமான அட்டைப்புகைப்படம் தந்த தம்பி வம்சிக்கும் நூலை அழகுற வடிவமைத்த குழுவினருக்கும் எனது மனமார்ந்த நன்றியும், அன்பும் எப்போதும் உரித்தாகும்!

என்றும் அன்புடன்,

எம்.ரிஷான் ஷெரீப்

05.11.2019

மொழிபெயர்ப்பாளர் பற்றிய குறிப்பு
எம்.ரிஷான் ஷெரீப்

எம். ரிஷான் ஷெரீப் இலங்கையைச் சேர்ந்த தமிழ் எழுத்தாளரும், கவிஞரும், ஊடகவியலாளரும், மொழிபெயர்ப்பாளரும் ஆவார். கவிதை, சிறுகதை, கட்டுரை, மொழிபெயர்ப்பு, புகைப்படம் ஆகிய துறைகளில் பங்களிப்பு செய்து வருகிறார்.

இவர் இதுவரையில் ஒரு சிறுகதைத் தொகுப்பு, ஒரு கட்டுரைத் தொகுப்பு, ஒரு திறனாய்வுக் கட்டுரைத் தொகுப்பு, இரண்டு ஆய்வுக் கட்டுரைத் தொகுப்புகள், இரண்டு கவிதைத் தொகுப்புகள், ஒரு மொழிபெயர்ப்பு கட்டுரைத் தொகுப்பு, இரண்டு மொழிபெயர்ப்பு சிறுகதைத் தொகுப்புகள், நான்கு மொழிபெயர்ப்புக் கவிதைத் தொகுப்புகள், மூன்று மொழிபெயர்ப்பு நாவல்கள் ஆகிய நூல்களை எழுதியிருக்கிறார்.

இந் நூல்களுக்காக இவர் இதுவரையில் இலங்கை அரச சாகித்திய விருதுகள், இந்தியா வம்சி விருது, கனடா இயல் விருது போன்ற முக்கியமான விருதுகளை வென்றுள்ளார். இவரது படைப்புகள் சிங்களம், ஆங்கிலம் ஆகிய மொழிகளில் மொழிபெயர்க்கப்பட்டு வெளியாகியிருக்கின்றன.

தொடர்புக்கு:
mrishansh@gmail.com

மொழிபெயர்ப்பாளரின் நூல்கள்

கவிதைத் தொகுப்புகள்
1. வீழ்தலின் நிழல்
2. மிக ரகசியச் சொற்கள்

சிறுகதைத் தொகுப்பு
3. அடைக்கலப் பாம்புகள்

கட்டுரைத் தொகுப்புகள்
4. கறுப்பு ஜூன் 2014
5. இயற்கை
6. ஆழங்களினூடு

மொழிபெயர்ப்புக் கவிதைத் தொகுப்புகள்
7. தலைப்பற்ற தாய்நிலம்
8. இறுதி மணித்தியாலம்
9. அவர்கள் நம் அயல் மனிதர்கள்
10. அல்பேனியக் கவிதைகள்

மொழிபெயர்ப்பு சிறுகதைத் தொகுப்புகள்

11. எனது தேசத்தை மீளப் பெறுகிறேன்
12. அயல் பெண்களின் கதைகள்

மொழிபெயர்ப்புக் கட்டுரைத் தொகுப்பு

13. பிரபாகரனின் தாயாரது இறுதி யாத்திரை

மொழிபெயர்ப்பு நாவல்கள்

14. அம்மாவின் ரகசியம்
15. தரணி
16. நிலவியலின் துயரம்

கனவில் மிக அலங்காரமான பளபளக்கும் உடையணிந்து வரும் வாழ்வு சட்டென கைகளில் விலங்குகளையும் அணிவிப்பதாக கத்தியானா தன் கதைகளில் சொல்வது போல தான் பலரின் வாழ்வும் இங்கு அமைந்திருக்கிறது.

யாருக்கும் வாய்க்க கூடாத போரையும், குருதியையும், துக்கத்தையும் மட்டுமே புறச் சூழலாகக்கொண்டு அக வாழ்வினை படைக்கும் படைப்பாளிகளின் படைப்புகள் காத்திரமாக வெளிவந்திருக்கின்றன. காதல் கதைகள் கூட அதன் நுட்பத்தை உணர வைக்கிறது. அதை ரிஷான் ஷெரீப் தன் கைகளிலிருந்து சிந்திப் போகாமல் தமிழ் மொழிக்கு மாற்றியிருக்கும் லாவகம் பாராட்டுக்குரியது.

ரிஷானின் மொழி குறித்தும் அவருடைய அக்கறை குறித்தும் நான் சொல்லியேயாக வேண்டும். பொதுவாகவே அக்டோபர், நவம்பர், டிசம்பர் மாதங்கள் எப்போதும் படைப்பூக்கமிக்க நாட்கள். இதில் எப்போதுமே ரிஷான் என் நிழலாக இருப்பார். அவரின் படைப்புகளை என்னிடம் தந்து அதை வாசிக்கவும் திருத்தங்கள் செய்யவும் முன்னுரை எழுதவுமென அவரோடு பேசும் நாட்கள் என் படைப்புகளையும் சேர்த்தே மெருகேற்றுகின்றன. அதற்கான பிரியத்தையும் நன்றியையும் என் மனதில் பொத்தி வைத்து காப்பாற்றிக் கொள்வேன்.

''அயல் பெண்களின் கதைகள்'' தொகுப்பு தமிழ் பெண் படைப்பாளிகளுக்கு ஒரு மறைமுக சவாலாகவே அமையும் என்பது நிச்சயம்.

கே.வி.ஷைலஜா

1. நிழல் பெண்கள்
கத்யானா அமரசிங்ஹ 14

2. நட்சத்திரப் போராளி!
கத்யானா அமரசிங்ஹ 48

3. பின் தொடர்தல்
மனுஷா பிரபானி திஸாநாயக 62

4. பொட்டு
தகூஷிலா ஸ்வர்ணமாலி 75

5. அந்திமக் காலத்தின் இறுதி நேசம்
தகூஷிலா ஸ்வர்ணமாலி 85

6. மரணம்
சந்தனி ப்ரார்த்தனா 106

7. அரசிலைப் பதக்கம்

சந்தினி ப்ரார்த்தனா 122

8. எழுதல்

சுநேத்ரா ராஜ கருணாநாயக 133

9. குறுந்தகவல்

சுநேத்ரா ராஜ கருணாநாயக 160

கத்யானா அமரசிங்ஹ

இலங்கையைச் சேர்ந்த பெண் ஊடகவியலாளரும், சமூக செயற்பாட்டாளருமான கத்யானா அமரசிங்ஹ கொழும்பு பல்கலைக் கழகத்தின் விஞ்ஞானப் பட்டதாரியும், களனி பல்கலைக்கழகத்தில் மக்கள் தொடர்பாடல் துறை பற்றிய சமூகவியல் பட்டதாரியும் ஆவார்.

அறிவியல் கட்டுரையாளராக பத்திரிகைத் துறையில் பிரவேசித்த கத்யானா, சிறப்புக் கட்டுரையாசிரியராகவும், பிரதி எழுத்தராகவும், பிரதி ஆசிரியராகவும் பல்வேறு ஊடகங்களில் இரண்டு தசாப்தங்கள் பணியாற்றிய அனுபவங்களைக் கொண்டவர். இருபதுக்கும் மேற்பட்ட மொழிபெயர்ப்பு நூல்களை வெளியிட்டிருக்கும் இவரது முதல் நாவல் நிலிவெஸ்ஸ, 2014 ஆம் ஆண்டு வெளிவந்தது. இரண்டாவது நாவலான வண்ணதாசி 2017 ஆம் ஆண்டுக்கான இலங்கை நூல் பதிப்பாளர்களின் ஏற்பாட்டில் வழங்கப்படும் சுவர்ண புஸ்தக விருதுக்கான இறுதிச் சுற்றுக்குத் தேர்வானது.

தற்போது சுயாதீன ஊடகவியலாளராகக் கடமையாற்றி வரும் இவரது மூன்றாவது நாவலே 'தரணி' ஆகும். இந் நாவலும் கூட 2019 ஆம் ஆண்டு வழங்கப்பட்ட சுவர்ண புஸ்தக விருதுக்கான இறுதிச் சுற்றுக்குத் தேர்வாகி ஒரு லட்சம் ரூபாய் பரிசினை வென்றமைக் குறிப்பிடத்தக்கது. இவரது நாவல்களின் ஒவ்வொரு அத்தியாயங்களும் கூட தனித் தனி சிறுகதைகளாகவும் அடையாளம் பெறக்கூடியவை. இத்தொகுப்பில் இடம்பெற்றிருக்கும் சிறுகதைகளும் அவ்வாறானவைதான்.

நிழல் பெண்கள்
கத்யானா அமரசிங்ஹ

அமா அங்குமிங்குமாகப் புரண்டு படுக்கையில், கட்டில் பலகைகள் ஓசையெழுப்பின. அடுக்குமாடிக் குடியிருப்பு ஜன்னலின் புறத்தே தெருவில் நியோன் விளக்கொன்று எரிந்து கொண்டிருந்தது. கீழ் தளத்து வீடொன்றிலிருந்து தடதடவென்ற ஓசையோடு கதவொன்று அடைக்கப்படுவது கேட்டது. அடுத்திருந்த வீடொன்றிலிருந்து சிறு குழந்தையொன்றின் அழுகையொலியும், அதற்கடுத்த வீடொன்றிலிருந்து மைக்கல் ஜாக்ஸனின் பேட்' பாடலும், பின்புறத்திலிருந்த குப்பத்தில் அத்துமீறி எழுப்பப்பட்டிருக்கும் குடிசைகளிலிருந்து மதுபோதையில் மிதந்து கொண்டிருந்த இளைஞர்கள் குழுவொன்று பாடும் சத்தமும் ஒன்றாகக் கலந்து அழையா விருந்தாளியாய் அமாவின் அறைக்குள்ளும் படையெடுத்து வந்து கொண்டிருந்தது.

இது ஒரு தூங்கா நகரம்.

நேரம் நள்ளிரவு பன்னிரண்டு மணி. அம்மா போலீஸில் இருக்கக் கூடும். நாளைய வெளிச்சத்தோடு விடிவதற்கு இன்னும் ஐந்தாறு மணித்தியாலங்கள் இருக்கின்றன. மறுநாள் பாடசாலை இல்லையென்பதால் நல்லதாகப் போயிற்று. தூங்கா நகரங்களில், உறக்கம் வராது தனித்திருக்கும் இரவுகளின் ஜாமங்கள் அச்சமூட்டுவதில்லை.

கிராமத்தில் வசித்த காலத்திலென்றால் ஜீவிதமானது, இதைவிடவும் மிகவும் வித்தியாசமானதாக இருந்தது. அமாவின் தந்தையான ஸ்ரீமலின் இறப்புக்குப் பின்னர்தான் அமா, கட்டுநாயக்க வாடகை வீட்டை விட்டு, கண்டி நகரத்துக்கு அண்மையில் ஹெட்டிமுல்ல கிராமத்திலிருந்த அமாவின் அம்மாவான நீலமணியின் தாய் வீட்டுக்கு குடியிருக்க வர நேர்ந்தது. அம்மம்மாவும், தாத்தாவும், இளைய மாமாவும் மட்டும்தான் அந்த வீட்டிலிருந்தார்கள். பெரிய மாமா இராணுவத்தில் இணைந்து யாழ்ப்பாண இராணுவ முகாமில் பணிபுரிந்து கொண்டிருந்தார். மூன்று மாதங்களுக்கு ஒரு தடவை வீட்டுக்கு வந்து போவார். மகள்களைத் திருமணம் செய்து கொடுத்து, மன பாரத்தை இறக்கி வைத்து வயதான காலத்தில் சற்று ஓய்வாக இருக்கத் தீர்மானித்திருந்த அம்மம்மா நீலமணியையும், அமாவையும் பாரமாகத்தான் கருதினாள்.

'ஐயோ... நாங்க போன ஜென்மத்துல செஞ்ச பாவங்கள்தான் இப்படிப் பலிக்குது. இவள்தான் இந்தக் கல்யாணத்தைப் பண்ணிக்கவே வேணும்னு சாகப் பார்த்தாளே..' என அம்மம்மா, அமாவும் அம்மாவும் அந்த வீட்டில் தங்க வந்திருந்த ஆரம்ப காலங்களில் கன்னத்தில் கை வைத்தவாறு அடிக்கடி கூறிக் கொண்டிருந்தாள். அக்கணத்திலேயே கால இயந்திரமொன்றிலேறி பன்னிரண்டு வருடங்கள் பின்னால் சென்று நீலமணியின் திருமணத்தைத் தடுத்து நிறுத்த முடியும் என்பதைப் போலிருந்தது அது.

அம்மம்மா கூறுவது நிஜம்தான். நீலமணி பாடசாலைக்குப் போகும் காலத்தில், அக்கிராமத்திலிருந்த சற்று வசதியான குடும்பத்தைச் சேர்ந்த ஸ்ரீமலைக் காதலிக்கத் தொடங்கியிருந்தாள். அக்காலத்தில் நீலமணி அக்கிராமத்திலிருந்த பேரழகான இளம்பெண்ணொருத்தி. ஊர்ப் பாடசாலையில் சிறந்த மாணவனாக விளங்கிய ஸ்ரீமலின் இதயத்தைக் கொள்ளை கொண்டிருந்தாள் நீலமணி. செல்வாக்கான உயர் குல வம்ச வாரிசான ஸ்ரீமலினதும், இறப்பர் மரங்களில் பால் சேகரிக்கும் தொழிலாளர் பரம்பரையைச் சேர்ந்த வாரிசான நீலமணியினதும் காதல் தொடர்புக்கு பலத்த எதிர்ப்பு கிளம்பியிருக்கும் என்பதில் சந்தேகமேயில்லை.

இவ்விடத்திலிருந்து ஒரு பழைய திரைப்படக் கதை போல அந்தக் காதல் கதை சம்பிரதாயமானதாகிறது. ஸ்ரீமல் நேர்மையான காதலன் ஒருவன். இடதுசாரிக் கொள்கைகளைக் கொண்டிருந்ததாலோ என்னவோ, சாதிபேதம், ஏழை, பணக்காரன் போன்ற வேறுபாடுகள் எவற்றையும் கவனத்தில் கொள்ளாது, அம்மா, அப்பா, சொந்தங்கள் அனைவரையும் கைவிட்டுவிட்டு நீலமணியைக் கரம் பிடிக்கிறார். தனது பல்கலைக்கழக பட்டப்படிப்பைப் பூர்த்தி செய்ததுமே அவருக்கு நிறுவனமொன்றில் வேலையும் கிடைத்திருந்ததனால் திருமணம் முடித்து கட்டுநாயக்க பிரதேசத்திலிருந்த வாடகை வீடொன்றுக்கு இருவரும் குடி வருகிறார்கள்.

அதன்பிறகும் கூட இடதுசாரி போராட்டங்களை ஸ்ரீமல் கைவிடவில்லை. நீலமணியின் சாதியினருக்கு இழைக்கப்படும் அநீதிகளை இல்லாதொழிக்கவென ஸ்ரீமல் ஆர்ப்பாட்டங்களை முன்னெடுத்த போதும், நீலமணியால் அவற்றைப் புரிந்துகொள்ள முடியவில்லை. ஆர்ப்பாட்டங்களை முன்னெடுப்பதால் ஒருபோதும் உலகில் நிகழும் அநீதங்களைத் தடுத்து நிறுத்தமுடியாதென நீலமணி நினைத்துக் கொண்டிருந்தாள். வர்க்கப் போராட்டங்களைப் புறந்தள்ளி

விட்டு, காதல் போராட்டத்தில் வெற்றியீட்டி கரம் பற்றிய காதல் நாயகனோடு இணைந்து கனவு மாளிகையொன்றைக் கட்டியெழுப் புவதே எந்தப் பெண்ணொருத்தியையும் போல அவளது சுயநலமான தேவையாகவுமிருந்தது. யதார்த்தத்தில், அதில் ஒரு தவறுமிருக்க வில்லை. எனினும், ஸ்ரீமலின் உலகமானது அதை விடவும் விசாலமானதாக இருந்தது. அதனால் தான் அவர் தனது உயிரைக் கூட தியாகம் செய்ய நேர்ந்திருந்தது.

ஸ்ரீமலைக் கொன்றவர் எவராக இருப்பினும், அவரது வர்க்கப் போராட்டங்களை, அரசியல் எண்ணக் கருக்களை எதிர்த்தவர்கள்தான்அவரைக் கொன்றிருப்பார்களென அனைவரும் கதைத்துக் கொண்டார்கள். ஓரோர் அரசியல் குழுவினதும் கணக்கில் இக்கொலைப் பழி விழுந்து கொண்டிருந்த போதிலும், அவர் பணிபுரிந்து வந்த நிறுவனத்தின் முதலாளிகளே அவரது மரணத்துக்குக் காரணமாக இருந்திருப்பார்கள் என்பதைக் கூறாதிருக்கவும் முடியாது. காரணம், ஸ்ரீமல் துயருறும் ஏழைத் தொழிலாளிகளுக்காககுரல் கொடுத்து வந்ததொழிலாளர் சங்கத் தலைவராக இருந்தவர். முதலாளிகளின் எதிரியாகத் திகழ்ந்தவர்.

எனினும், ஸ்ரீமலின் மரணத்திற்குப் பிறகு, அவர்தனது தொண்டைவரண்டு கிழியும் வரைக்கும்யாருக்காகக் குரல் கொடுத்தாரோ, அத் துயருறும் ஏழை மக்கள் எவரும் அமாவினதோ, நீலமணியினதோ துயர் விசாரிக்க வரவுமில்லை. அருகிலிருக்க வுமில்லை. சாவு வீட்டுக்கு வந்து, போராட்டக் கோஷங்களை உரைத்துவிட்டுச் சென்றதன் பிறகு யாருமே அமாவினதோ, நீலமணியினதோ தனிமைக்குத் துணையாக இருக்கவுமில்லை.

எப்போதும் தனது தலைக்கு தனது கரம் மாத்திரமே நிழல். அந்த வகையில் பார்க்கும்போது நீலமணியின் கூற்று சரி. ஸ்ரீமலின் நிலைப்பாடு தவறு.

அமா பெருமூச்சு விட்டாள். இப்பொழுது நேரம் என்னவாக இருக்கும்? அருகிலிருந்த கடிகாரத்தைப் பார்க்கும்போது அதிகாலை நான்கு மணி. உறங்க மாட்டியா என அமாவின் இதயம் அமாவைக் கேட்டது. அம்மா போலீஸ் விளக்க மறியலிலிருக்கும் போதுதான் உறங்குவது எவ்வாறு? பாவம். அம்மாவுக்கு ஏதாவது சாப்பிடக்கொடுத்தார்களோ? தெரியாது. தரையில்தான் படுக்க விட்டிருப்பார்களோ? அதுவும் தெரியாது.

எழுந்து நின்ற அமா, திரும்பவும் படுக்கையில் சாய்ந்தாள். தலை சுற்றத் தொடங்கியது. நேற்று காலையில் உணவு உட்கொண்டதன் பிறகு, தான் இப்போது வரைக்கும் எதுவுமே சாப்பிடவில்லை என்பது நினைவுக்கு வந்தது. என்றபோதும் எழுந்து சென்று கொஞ்சம் தண்ணீர் குடித்து விட்டு வரவாவது அவளுக்குத் தெம்பிருக்கவில்லை. நெற்றியில் காய்ச்சலின் சூடு படர்ந்து கொண்டிருந்தது.

'அம்மா... அம்மா...வீட்டுக்கு நீ எப்போது வருவாய் அம்மா?'

அமா இரு விழிகளையும் இறுக்கமாக மூடிக் கொண்டாள். சற்று நேரம் கழியும்போது அமா கனவொன்றைக் காணத் தொடங்கியிருந்தாள். அப்பாவும், அம்மாவும், அமாவும் அழகான ஆடைகளணிந்து நகரத்துத் தெருவொன்றில் நடந்து சென்று கொண்டிருக்கிறார்கள். அமா, அழகிய நடனமங்கைகள் அணிவதைப் போன்ற மிக அழகான, ஆகாய நீலநிறத்தில் பளபளக்கும் ஆடையொன்றை அணிந்திருக்கிறாள். அம்மா அவளது ஒரு கையையும், அப்பா மற்றக் கையையும் ஏந்தியவாறு நடந்து கொண்டிருக்கிறார்கள். தெருவின் நடுப்பகுதிக்கு வரும்போது அங்கே ஒரு சர்க்கஸ் வித்தைக்காரன் நகரத்தின் சதுக்கத்திலிருக்கும் உயரமான தூணொன்றின் மீது ஏற்றப்பட்டிருக்கிறான். அவனது கைகளிரண்டிற்கும் விலங்குகளிடப்பட்டிருக்கின்றன. திடீரென அந்நகரத்தில் கலவரம் ஏற்படுகிறது. சைரன் ஒலிகள் எங்கும்

பரவுகின்றன. அப்பாவும், அம்மாவும், அமாவும் ஜனத்திரளில் மிதிபடுகிறார்கள். அமா கத்தமுயற்சித்த போதும், ஓசை வெளியே வரவில்லை. அப்பாவும், அம்மாவும் விலங்கிட்டு இழுத்துச் செல்லப்படுவதை மாத்திரம் அமா காண்கிறாள். அவள் கதறியழுத போதும் ஓசை வெளியே வரவேயில்லை.

திடீரென அம்மா அழும் ஓசை கேட்டது. அவள் திடுக்கிட்டுத் திரும்பிப் பார்த்தாள். அம்மா இல்லை.

'அம்மா... அம்மா...'

அமா திடுக்கிட்டவாறு கண் விழித்தாள். இது கனவல்ல நிஜம். அவள் அறையில்தான் படுத்திருக்கிறாள். வெளியே விறாந்தையிலிருந்து அம்மாவின் துக்கம் அடர்ந்த குரல் விம்மலோடு அவளுக்குக் கேட்டது.

'உங்க தம்பி பக்கத்துல இருக்கும் போது நான் எப்படி இதைப் பற்றிச் சொல்றது வயலட் அக்கா? அதான் வரும் வழி நெடுக அமைதியா வந்தேன். ஆனா போலீஸ் ஓ.ஐ.சி, தம்பிக்கிட்ட எல்லாத்தையும் சொல்லியிருப்பான். தம்பி என்னை ஒரு வார்த்தைக் கூட திட்டல. 'வீட்டுக்குப்போகலாம் அக்கா... இதுல உன் தப்பு ஒண்ணுமில்ல'ன்னு மாத்திரம் சொன்னார்.'

அது அம்மாவின் குரல்தான். அதனைத் தொடர்ந்து அமைதி நிலவியது.

'வயலட் அக்கா என்னைப் பற்றித் தவறா நினைக்க வேணாம். எதுவுமே செய்ய வழியில்லாமத்தான் நான் இந்தப் பாழாப்போன நரகத்துல விழுந்தேன்.'

அம்மா கிசுகிசுப்பான குரலில் என்ன சொல்லிக் கொண்டிருக்கிறாள்?

‘இந்தக் கந்தக நிலத்துல கால் வைக்குறவங்களுக்கு என்னவெல்லாம் நடக்குதுன்னு எனக்குத்தெரியாதா நீலா?’

இது தனது வீட்டின் ஒரு பகுதியை எமக்கு வாடகைக்குத் தந்திருக்கும் வயலட் மாமியின் குரல்.

‘திடீர்னு போலீஸ் ரெய்டு வந்து எங்க எல்லோரையும் பிடிச்சு விலங்கு மாட்டி ஜீப்புல ஏத்திக்கிட்டாங்க. மத்த நாட்கள்ல போலீஸ் ரெய்டுவரப் போகுதுன்னா முன் கூட்டியே தகவல் வந்துடும். ஆனா நேத்து வரல.’

அம்மா இன்னும் எதையோ கூற வந்து, பெருமூச்சோடு நிறுத்திக் கொண்டாள். அமா முழங்கைகளை ஊன்றிப் படுக்கையில் சாய்ந்திருந்தவாறு செவிமடுத்துக் கொண்டிருந்தாள்.

‘அப்படீன்னா உங்கக் கூட படுத்துட்டிருந்த ஆம்பளைங்களைக் கைது பண்ணி போலீஸுக்கு இழுக்கிட்டுப் போக அங்க ஒருத்தரும் இருக்கலையா?’

வயலட் மாமியின் கோபாவேசமான குரல்வீரியமாக எழுந்து நின்றது. தடி யொன்றால் தலையைத் தாக்கியது போல அந்த வசனங்கள் அமாவுக்குள் மிகத் தெளிவாக ஊடறுத்தன. பதினைந்து வயது சிறுமிக்கு அனைத்தையும் புரிந்துகொள்ள முடியுமான அளவுக்கு அனைத்தும் தெளிவாகக் கேட்டது.

‘ஷ்ஷ்... வயலட் அக்கா...பிள்ளை முழிச்சுடுவாளோ தெரியாது...’ எனஅம்மா அவரை சாந்தப்படுத்தினாள்.

‘அவளுக்கு இதைப் பத்தி ஒண்ணும் தெரியாது. தெரிஞ்சுக்கவும் இடம் வைக்க வேணாம்.’

அதன் பிறகு இருவரினதும் கிசுகிசுப்பான குரல்கள் உரையாடத் தொடங்கின. ஏதோ இனம்புரியாத உணர்வொன்று சூழந்து

அமாவுக்குத் தலை சுற்றத் தொடங்கியது. என்ன நிகழப் போகிறது இங்கு? அம்மா என்ன சொல்லிக்கொண்டிருக்கிறாள்?

'அம்மா...அம்மா.... அம்மா...!'

அமா சத்தமாக முனகியிருக்கக் கூடும். வெளியே உரையாடல் திடீரென நின்றது. அமா கட்டிலிலிருந்து இறங்கினாள். இறங்கி விறாந்தையை நோக்கி நடக்க முயற்சித்தாள். எனினும் கால்களிரண்டும் உதறத் தொடங்கின. தரை சுழலவாரம்பித்தது.

'அம்மா... அம்மா...'

'அமா... மகளே...'

அமாவுக்கு நினைவு திரும்பியபோது அம்மா அருகிலமர்ந்து அவளது தலையைத் தடவிக் கொடுத்துக் கொண்டிருந்தாள். உடல்வெப்பநிலை அதிகரித்து தேகம் உதறிக்கொண்டிருந்தது. நெற்றி மீது ஓடிகொலோன் தடவப்பட்டத் துணி பரப்பப்பட்டிருந்தது. அமா எழுந்து கொள்ள முயற்சித்தபோது, அம்மா அவளைத் திரும்பவும் மிகவும் மென்மையாகத் தலையணையில் கிடத்தினாள்.

தாயொருத்திக்கும், மகளொருத்திக்குமிடையே நிகழத் தயாராக இருந்த, இரண்டு இதயங்களையும் நார் நாராகக் கிழிக்கக்கூடிய கூர்மையான உரையாடலொன்று, இயற்கையினால் தடுக்கப்பட்டது அவ்வாறுதான்.

முன்தினம் காலையிலிருந்து எதுவுமே சாப்பிடாமலிருந்த காரணத்தால் அமாவின் தேகம் பலவீனமடைந்து மயங்கி விட்டிருந்தாள். அத்தோடு காய்ச்சலும் கண்டிருந்தது. அதன்பிறகு வந்த ஒரு கிழமை முழுவதும் அமாவுக்கு கட்டிலிலிருந்து இறங்கக்கூட முடியுமாக இருக்கவில்லை. மருந்தெடுப்பதற்காக வயலட் மாமியுடனும், அம்மாவுடனும் வைத்தியரிடம் போனது கனவு போல

இருக்கிறது. அம்மா அருகிலேயே இருந்து ஊட்டிவிட்டதுவும், பானங்களைப் பருக்கி விட்டதுவும் நினைவிருக்கிறது. வயலட் மாமியின் மகள் சுமா அக்கா வந்து ஆயுர்வேத எண்ணெய்களை தலையில் தடவிவிட்டுச் சென்றிருந்தாள்.

மூன்று தினங்கள் கடந்த பின்னர்தான் அமாவால் கண்ணைத் திறந்து பார்க்க முடிந்திருந்தது. இவற்றுக்கிடையில், அன்று அம்மா போலீஸிலிருந்து வந்த நாளில் நடந்த சம்பவங்கள், செவிமடுக்க நேர்ந்த உரையாடல்கள் அனைத்தும் இதயத்தின் அடியாழத்துக்குப் போய்விட்டிருந்தன. அவை நெருப்புத் தணல் போல நெஞ்சுக் கூட்டினிடையே சாம்பல் படர்ந்து மறைந்து கொண்டன. வெளியே வரவில்லை. உள்ளேயே அந்தத் தீ அமைதியாகக் கனன்று கொண்டிருந்தது.

அமா தனிமையில் அழுதாள். கனவா நனவா எனத் தீர்மானிக்க முடியாத அத்தீர்க்கமான வசனங்கள் அவளது இதயத்தைக் கிழித்துப் போட்டிருந்தன.ஆரம்பத்தில் அம்மா மீது கோபமும், பிறகு வேதனையும், பிறகு தாங்க முடியாதளவு கவலையும் தோன்றியது. வாழ்க்கையில் முதன்முறையாக அநாதரவான நிலையை உணர்ந்தாள். அம்மா இவ்வளவு காலமாக என்னிடம் மறைத்து வந்தத் தொழில், அதுதானா?

அவள் எனது அம்மாதானா? என் அம்மா? என் அம்மா அப்படிப்பட்ட ஒரு தொழிலை எவ்வாறு செய்வாள்? அம்மாவை யார் அந்த மோசமான படுகுழிக்குள் தள்ளியது?

'வீட்டிலிருந்து கிளம்பியே ஆகணும்னு சூழ்நிலை வந்ததால வேலையொண்ணு தேடி கொழும்புக்கு வர வேண்டியதாப் போச்சு. கடைசில வந்து நின்னது இந்த இடத்துல. என்னோட இந்த கருமம் புடிச்ச ஜீவிதத்துக்கு எங்க வீட்டாட்களும்தான் காரணம் வயலட் அக்கா' என அம்மா கூறுவது, மாத்திரை குடித்து உறக்கமும்,

உறக்கமற்ற நிலையும் ஒருங்கே சூழ்ந்திருந்த சமயத்தில் அமாவுக்குக் கேட்டது.

அதன்பிறகு அம்மா அழுதழுது வயலட் மாமியிடம் நிறைய விடயங்களைக் கூறிக் கொண்டிருந்தாள். அமா அறையிலிருந்து அழுதவாறு அவற்றைக் கேட்டுக் கொண்டிருந்தாள். அம்மா கூறிக் கொண்டிருக்கும் அனைத்து விடயங்களும் உண்மையானவைதான். கடந்த காலத்தில் நடைபெற்ற மோசமான அனைத்து நிகழ்வுகளினதும் காரணமாகத்தான், அம்மா இவ்வாறானதொரு இடத்தில் இன்று தரித்திருக்க நேர்ந்திருக்கிறது என்பது மாத்திரமே அமா புதிதாகத் தெரிந்து கொள்ளவென எஞ்சியிருந்தது.

நோயாளியாகப் படுக்கையில் சாய்ந்தவாறு, உறங்குவதைப் போலக் கிடந்து, அமா அம்மாவின் கதைகளைக் கேட்டுக் கொண்டிருந்தாள். அமாவுக்கும், அம்மாவுக்கும் கிராமத்திலிருந்து கொழும்புக்கு வரத் தூண்டிய சம்பவங்கள் ஒன்றன் பின் ஒன்றாக ஓர் ஊர்வலம் போல அவளது ஞாபகத்தில் தொடர்ச்சியாகப் பயணித்துக் கொண்டிருந்தன. உண்மைதான். அம்மா கூறுவதைப் போல அனைத்தும் நிகழ்ந்தது அப்பாவின் மரணத்துக்குப் பின்னர்தான்.

அப்பாவின் மரணத்துக்குப் பின்னர், திரும்பவும் தனது தாய் வீட்டுக்குப் போன அம்மா நீலமணியின் கதைப் பானையிலிருந்து தப்பி அடுப்பில் வீழ்ந்த கதையாகவிருந்தது. மருமகன் உயிரோடு இருக்கும் வரைக்கும் நீலமணியை மிகவும் சிறப்பாக உபசரித்த அவளது அம்மா வானரங்கிரி கூட அதன் பிறகு வேறுபாடு காட்டத் தொடங்கினாள்.

'சாகப் போற கடைசி காலத்துல நிம்மதியா சாகலாம்னு நினைச்சிட்டிருந்தா வந்து சேர்ந்திருக்குது கர்மங்கள்.'

அம்மம்மா கர்மங்கள் என்று சொன்னது தானும், அம்மாவும் அவ்வீட்டில் தங்க வந்ததற்குத்தான் என சிறுபிராயமாக இருந்த

போதிலும் அமாவுக்குப் புரிந்தது. அம்மம்மா எவ்வளவு மோசமானவள் என எண்ணிய அவளது கண்களிலிருந்து கண்ணீரும் எட்டிப் பார்த்தது.

'பத்து வருஷம் குடும்பம் நடத்தினாய்... உங்களுக்குன்னு விழுந்து கிடக்க ஒரு வீடு வாசலாவது கட்டிக்க முடிஞ்சுதா உன்னால?' என அம்மம்மா அம்மாவைக் குறை கூறினாள்.

'வீட்டு வாடகையும் கொடுத்துக்கிட்டு, இந்தப் பிள்ளையையும் கவனிச்சுக்கிட்டு வீடொண்ணு கட்டுறது எப்படிம்மா? அடுத்தது... அங்கே காணி பூமியெல்லாம் சரியான விலை. ஸ்ரீமலுக்குக் கூட அவ்வளவு பெரிய சம்பளமெல்லாம் இருக்கல.'

நீலமணி அப்போதெல்லாம் அம்மம்மாவிடம் ஸ்ரீமலை விட்டுக் கொடுக்காமல் பேசுவாள். ஆனால் நளினி சித்தி வீட்டுக்கு வரும்போதெல்லாம் அம்மா, அப்பாவைத் திட்டுவதை அமா கேட்டிருக்கிறாள்.

'அவர் அந்த வேலை நிறுத்தத்துல சிக்கிக்கலைன்னா அரசாங்க உத்தியோகத்தர்களுக்குக் கொடுத்த கடனை வாங்கி சின்னதா ஒரு வீட்டையாவது கட்டியிருக்கலாம். அவர் என்னையும் எந்த வேலைக்கும் போக விடல. பிள்ளையப் பார்த்துக்க யாருமில்லாததால 'நீ வீட்ல இருந்து மகளைப் பார்த்துக்கோ. நான் சம்பாதிக்கிறேன்'னார். கடைசில அந்த மனுஷன் என்னையும், மகளையும் நடுத்தெருவுல விட்டுட்டு மேல போய்ட்டார். ஆடைத் தொழிற்சாலையில வேலைப் பார்க்கும்போது கூட எப்பவும் ஊழியர் நலன், போராட்டம்னு இருந்துட்டார். அப்புறம் அந்த முதலாளிங்க எங்களை ஏறெடுத்துப் பார்ப்பாங்களா என்ன? சமீபத்துல நான் அங்க ஒரு வேலை கேட்டுப் போனேன். ஸ்ரீமல் காரணமா எனக்கு வேலைத் தர முடியாதுன்னுட்டாங்க. அத்தோடு அவனுங்க... நான் இனி அந்தப்

பக்கத்துக்கே போக விரும்பல. ஸ்ரீமலைக் கொன்னதோ, கொல்றதுக்குக் கட்டளையிட்டதோ அங்க இருக்குற யாராவது நம்மளை நல்லாத் தெரிஞ்சவங்களாத்தான் இருக்கணும்.'

அப்பாவைப் பற்றிக் கூறுகையில் எப்போதும் நீலமணி அழத் தொடங்குவாள்.

'என்னைக் கொன்னாலும் கூட நான் இனிமே அந்தப் பக்கமே போக மாட்டேன். எனக்கு ஸ்ரீமலை ஞாபகம் வருது. என்னதான் இருந்தாலும் தங்கமான மனுஷன். நான் என்னதான் சொன்னாலும் ஒரு நாளாவது என்மேல எரிஞ்சு விழுந்ததில்ல. சம்பவம் நடந்தன்னிக்குக் கூட என் தலையைத் தடவி 'போயிட்டு வரேன்'னு சொல்லிட்டு வேலைக்குப் போனவர்தான். அவரைப் போல ஒரு நல்ல மனுஷன் இனி எனக்கு எந்த ஜென்மத்துலயும் கிடைக்கப் போறதில்ல. அதெல்லாம் ஞாபகம் வரும் போது இனி எதுக்கு நான் ஜீவிச்சிருக்கணும்னு தோணுது.'

அம்மா அழத் தொடங்கும்போது அமாவுக்கும் அழுகை வரும்.

'நடந்தது நடந்து போச்சு. இந்தப்பிள்ளையப் பத்தி யோசிச்சாவது நீ இனி விழுந்த இடத்திலிருந்து எழுந்து நிற்குற வழியைப் பார்க்கணும் நீலாக்கா' என நளினி சித்தி ஆறுதல் கூறுவாள்.

கிராமத்திலிருந்த வரைக்கும், நளினி சித்தியோடு சேர்த்து தாத்தாவும், பெரியமாமாவும் மாத்திரம்தான் அமாவின் மீது மிகுந்த அன்பைச் செலுத்தியவர்கள். மேற்கு மலைப் பகுதியிலிருந்த இரப்பர் மரத்தோட்டத்தில் பால் வெட்டிவிட்டு வரும்போது சுருட்டோ, பீடியோ புகைக்கவென குணபாலவின் பெட்டிக் கடைக்குச் செல்லும் தாத்தா, கடதாசித் துண்டொன்றில் சுற்றிய மிட்டாய்கள் நான்கைந்தை வாங்கிக் கொண்டு வருவார். அவற்றை அமாவிடம் கொடுத்து 'தகப்பனில்லாப் புள்ள.. நீ எங்களுக்கு சுமையில்ல கண்ணே' என்பார். அப்போது அமா

சிறுமி. மூன்றாம் வகுப்பில் படித்துக் கொண்டிருந்தாள். அமா, அம்மம்மா வீட்டில் தங்கியிருந்து அக்கிராமத்துப் பள்ளிக் கூடத்துக்குப் படிக்கப் போய்க் கொண்டிருந்தாள்.

இராணுவ முகாமிலிருந்து பெரிய மாமா விடுமுறைக்காக வீட்டுக்கு வரும் நாளில் அமாவுக்குக் கொண்டாட்டமாக இருக்கும். பெரிய மாமா, அமாவுக்கு மாத்திரமெனக் கூறிபெரிய சாக்லட் ஒன்றைக் கொண்டுவந்து தருவார். இன்னும் ஆப்பிள், திராட்சை போன்ற பழங்களையும் வாங்கி வந்திருப்பார். அன்று வீட்டில் சமைக்கப்படும் உணவுகளும் கூட கல்யாண விருந்து போல அமர்க்களப்படும்.

பெரிய மாமா சாக்லட்டைக் கைகளில் தந்துவிட்டு அமாவின் கூந்தலைக் கலைத்து விடுவார். ‘எங்கே பார்க்கலாம்... மகள் இந்தக் கொஞ்ச நாட்கள்ல நல்லா வளர்ந்துட்டால்ல’ என்பார்.

நகரத்திலிருந்து வரும் போது வாங்கி வந்த இறைச்சி அல்லது மீன் பொதியை நீலமணியின் கைகளில் கொடுப்பார். ‘அக்கா இதையும் சமைச் செடுத்துக்கலாம்’ என்பார். ஏனையவர்களைப் போல அல்லாது, அப்பாவின் மரணத்தைக் குறித்து பெரிய மாமா ஒருபோதும் கதைக்கவில்லை.

‘நீங்க ரெண்டு பேரும் எங்களுக்கு சுமையில்ல அக்கா. நான் மாசா மாசம் காசனுப்புறேன். நீ வேலை தேடுறத விட்டுட்டு பிள்ளையப் பார்த்துக்கிட்டு இந்த வீட்டுலயே இரு’ என வீட்டுக்கு வந்திருந்த ஒரு நாளில் திண்ணையில் அமர்ந்து சிகரட்டைப் புகைத்தவாறு கூறினார்.

‘எந்நாளும் அது சரி வராதில்லையா தம்பி? நீயும் குடும்பம், குழந்தைன்னு ஆகணும். வினிதாவும் எவ்வளவு காலம் தான் பொறுத்துட்டிருப்பா?’ என அம்மா கூறினாள்.

'வினிதாவுக்கும் வேலையொண்ணு இருக்கு. மகளோட பொறுப்பை நீ சுமக்க வேணாம். வினிதா வெளிநாட்டுல இருந்து வந்ததுமே நாங்க கல்யாணம் பண்ணிக்கிட்டு வினிதாவோட வீட்டுல குடியேற இருக்கோம். அவள் அங்க இப்பவே நமக்குன்னு ஒரு வீட்டைக் கட்டியிருக்கா. மகளை நாங்க பொறுப்பெடுத்துப் பார்த்துக்குறோம்' என மாமா கூறிய போது, அம்மாவின் விழிகள் ஈரத்தால் கனத்தன.

'என்னவோ...எங்க பாரத்தையும் சேர்த்து நீ சுமக்காதே... இங்கிருந்து போய் எங்காவது ரெண்டு பேரும் நல்லா வாழப் பாருங்க' என்று அம்மா அந்தப் பேச்சை அத்தோடு முடித்துவிட்டது ஏனென அமாவுக்குப் புரியவேயில்லை.

அந்தி சாயும் நேரமாகும்போது முழு போதையில் வந்து கத்தாமலிருப்பாரானால், சின்ன மாமாவும் அவ்வளவு மோசமானவரல்ல. அவரும், தாத்தாவுடன் சேர்ந்து இரப்பர் மரங்களில் பால் வெட்டும் தொழிலுக்குப் போய்க் கொண்டிருந்தார். எனினும் குணபாலவின் கடையருகே அமர்ந்து ஒவ்வொரு நாளும் அந்தி சாயும் நேரத்தில் கள் குடிக்கவும், சூது விளையாடவும் பழகியிருந்தார்.

கள் குடித்துவிட்டு போதையில் கிறுக்கன் போல உளறாத சமயங்களில் சின்னமாமா அதிகம் கதைக்கக் கூடியவரல்ல. சில நாட்கள் நகரத்துக்குப் போய் வரும்போது அமாவுக்கு முறுக்கு போன்ற தின்பண்டங்களை வாங்கி வந்து கொடுத்துமிருக்கிறார். அப்போதெல்லாம் அவளுக்கு 'அவர் ஒரு நல்ல மாமா' எனத் தோன்றும். அம்மாவுடன் சின்ன மாமா கதைப்பது அமாவுக்குக் கேட்பது அவர் குடித்திருக்கும் போது மட்டும்தான்.

'நீ இப்படி தனியாக இருந்து கஷ்டப்பட்டது போதும் அக்கா. நீ ரொம்ப அழகானவள். இன்னொரு கல்யாணத்தைப் பத்தி யோசிச்சுப் பார்த்தா என்ன? என்கிட்ட கூட கொஞ்சம் பேர் விசாரிச்சாங்க.'

'உருப்படுவியாடா நீ? அந்த மனுஷன் செத்த சூடு கூட ஆறல.. அதுக்குள்ள இவன் பேசுற பேச்சு. கடவுளேம இனி ஒருத்தனும் எனக்கு வேணாம்..என் புருஷன் ஒரு தெய்வம். அவரோட இடத்துல இனி ஒருத்தனையும் நிறுத்திவச்சு, என்னால கல்யாணம் பண்ணிக்க முடியாது. அத்தோடு இந்தப் பிள்ளையோட எதிர்காலம் என்னாவுறது? உங்களுக்கு நான் இந்த வீட்டுல தங்கியிருக்குறது பிடிக்கலன்னா அதை சுத்தி வளைக்காம நேரா சொல்லுங்க'

வெறிப் பிடித்ததைப் போல நீலமணி கத்துவாள். அமாவுக்கு அப்போதெல்லாம் அம்மாவைப் பார்க்க பெரும் அச்சம் தோன்றும். அம்மாவின் பெருங்குரலில் மொத்தவீடும் அதிர்ந்து உடைந்து விழக்கூடும் என நினைத்துக் கொள்வாள். அச்சந்தர்ப்பங்களில் அம்மம்மா, வாய்க்குள்ளால் முணுமுணுத்தவாறு அம்மாவுக்குக் கேட்காமல் அவளைத் திட்டிக் கொண்டிருப்பாள். தாத்தா பீடியொன்றைப் பற்ற வைத்தவாறு முற்றத்தில் இறங்குவார். நள்ளிரவு தாண்டும் வரைக்கும் திரும்பவும் வீட்டுக்குள் வர மாட்டார்.

'உனக்குத் திரும்பவும் ஒரு கல்யாணம் அவசியமில்லைன்னு தோணுச்சுன்னா பண்ணிக்காதே அக்கா. நீ எங்களுக்கு ஒரு சுமையில்ல' என்று பெரிய மாமா வீட்டுக்கு வந்திருந்த நாளொன்றில், இந்தப் பிரச்சினையைஅவரிடம் அம்மா கூறியதும், ஆறுதல் சொன்னார்.

எனினும், வாழ்க்கை என்பது விந்தையான ஒன்றுஅல்லவா? அந்தநிகழ்விற்குப் பின்னர், சரியாகஒரு வருடம்கழித்துஒரு நாள் பெரியமாமாவும், அப்பாவைப் போல ஒரு பெட்டியில் வீட்டுக்கு வந்து சேர்ந்தார். யாழ்ப்பாணத்தில் வைத்து வேட்டு தாக்கியிருந்தது. அன்று அமாகதறியழுதாள். அப்பா இறக்கும்போது மரணம் என்றால் என்னவென்று அமாவுக்குத் தெரிந்திருக்கவில்லை. ஆனால் பெரிய மாமா மரித்த போது அவ்வாறில்லை. இப்போது அமாவுக்கு நிறைய

விடயங்கள் புரிந்தன. அப்பா, அம்மாவையும், அமாவையும் விட்டு மேலே போய்விட்டார் என்பது உண்மைதான். எனினும் பெரிய மாமாவும் போனது ஏன்? அவருக்கும் அப்பாவுக்குப் போலவே வேட்டு வைக்கப்பட்டது ஏன்?

'என்னோட அப்பாவுக்கு வேட்டு வச்சவங்களேதானா தாத்தா, பெரிய மாமாவுக்கும் வச்சது?' என தாங்கவே முடியாத கட்டத்தில் போய் தாத்தாவிடம் கேட்டாள் அமா.

'இல்லம்மா இல்ல. அது வேற ஆட்கள்' என்று கூறியவாறு உறுதியாக இருந்தவரின் கண்களிலிருந்து கண்ணீர் வழிந்தோடியது.

'அப்படீன்னா அவங்க யாரு தாத்தா? ஏன் என்னோட அப்பாவுக்கும், மாமாவுக்கும் ரெண்டு பேருக்குமே இப்படியாச்சு?' எனக் கேட்டு பெருங்குரலெடுத்து அமா அழுதாள்.

'வேட்டு ஆழமாத் துளைக்குறதுவும் ஈர நெஞ்சுள்ளவங்களைத் தானேம்மா' என்று மாத்திரம் தாத்தா பதிலளித்தார்.

'என்னையும் என் பொண்ணையும் விட்டுட்டு செல்லத்தம்பியே ஏன் போனாய்?' என்று சவப்பெட்டியொன்றை மாத்திரம் வைக்கப் போதுமாகவிருந்த சிறிய விறாந்தையில் தரையில் விரிக்கப்பட்டிருந்தப் பாயில் சாய்ந்தவாறு நீலமணி, அம்மம்மாவுடன் சேர்ந்து ஒப்பாரி வைத்தபோது அமா மேலும் சத்தமாக அழுதாள்.

ஆனால், அந்த ஓசைகள் எவற்றையும் செவி மடுக்காதவரைப் போல, பெரிய மாமா நேர்த்தியான இராணுவச் சீருடை அணிந்து சவப்பெட்டியில் உறங்குவதைப் போலப் படுத்திருந்தது அமாவுக்கு இப்போதும் நினைவிருக்கிறது. சீருடையின் நெஞ்சுப் பகுதியில் தங்கநிறப் பதக்கமொன்று அணிவிக்கப்பட்டிருந்தது.

அப்பாவைப் போலல்லாது, பெரிய மாமா மரணித்தது போர்க்களத்தில் என்பதால் அவர் ஒரு வீரர் என அனைவரும்

கதைத்துக் கொண்டார்கள். அப்பாவின் இறுதிச் சடங்கில் கலந்துகொண்ட பேச்சாளர்கள் ‘எமது தோழர் ஸ்ரீமல் வர்க்க வேறுபாடுகளுக்காகப் போராடியவர்’ என்றார்கள். பெரிய மாமாவின் இறுதிச் சடங்கில் ‘இராணுவவீரர் திலக் சாந்த, தேசத்துக்காகப் போராடியவர்’ என்றார்கள். எவ்வாறிருப்பினும் இந்த இரண்டு வாசகங்களிலும் இருக்கும் வித்தியாசம் அமாவுக்கு அன்று விளங்கவேயில்லை. பிறகொரு காலத்தில் புரியும் எனத் தோன்றியது.

சவத்தைத் தூக்கும்போது நீண்ட கூந்தலையுடைய அழகான இளம் பெண்ணொருத்தி வந்து மாமாவின் கைகளிரண்டுக்கும் அருகில் வலைத்துணியால் செய்த சிவப்பு ரோஜா மலரொன்றை வைத்து விட்டு சடலத்தைக் கட்டிப்பிடித்து அழுது புலம்பினாள்.

‘ராணுவ வீரன்னு பட்டமெல்லாம் உங்களுக்கு கிடைச்சாலும், இனி நீங்க எனக்கு எப்பவுமே கிடைக்க மாட்டீங்களே என் தங்கமே’ என அந்த அத்தை அழுது ஒப்பாரி வைத்தபோது அம்மாவும், அம்மம்மாவும் மாத்திரமல்ல. அவ்வளவு நேரமும் அழுகையை அடக்கிக் கொண்டிருந்த தாத்தாவும், இளைய மாமாவும் கூட சிறிய குழந்தைகளைப் போல விம்மி விம்மி அழத் தொடங்கினார்கள். அமாவின் நெஞ்சே வெடித்து விடும் போலத் தோன்றியது.

பெரிய மாமாவின் சடலத்தை அடக்கம் செய்து விட்டு வந்த பிறகு மொத்த வீடுமே பாழடைந்து போனதைப் போலக் காணப்பட்டது. அம்மா வாரக்கணக்கில் சரியாக உண்ணாமல் குடிக்காமல் பார்த்த திசையையே வெறித்துப் பார்த்துக் கொண்டிருந்தவள் திடீரென ஒருநாள் தாத்தாவோடு இரப்பர் பால் வெட்டப் புறப்பட்டாள். அதுவும்கூட அம்மம்மாவின் குதர்க்கமான பேச்சால்தான் நிகழ்ந்தது.

‘கடவுளே...சாமான்களோட விலை யெல்லாம் ஏறிட்டே போகுது. எத்தனை வயித்துக்கு தின்னக்கொடுக்க வேண்டியிருக்கு. பலா, ஈரப்பலா மட்டும் இந்த மரங்கள்ல காய்க்கலன்னா எல்லோரும்

எப்பவோ விஷம்தான் சாப்பிட்டிருக்கணும்' என்று தான் கடைக்குச்சென்று வாங்கிய பொருட்களை கடதாசியொன்றில் சுற்றியெடுத்து வந்திருந்த அம்மம்மா, அணிந்திருந்த சீத்தைத் துணியின் முனையில் முக வியர்வையைத் துடைத்தவாறு கூறினாள்.

'அம்மா சிரமப்பட வேணாம்' என்ற நீலமணி குழம்பை அடுப்பில் வைத்துவிட்டு, சமையலறையை விட்டு வெளியே வந்து அம்மம்மாவின் கைகளிலிருந்த பருப்பு, கருவாடு, சீனி, மாவு சுற்றியிருந்த பொதியை வாங்கிக் கொண்டவாறே 'நான் வேலையொண்ணைத் தேடிக்கிட்டு சம்பாதிக்கத் தொடங்குவேன் சீக்கிரமா' என்றாள்.

'கிழிப்பாய் நீ. இவ்வளவு காலமும் புருஷன் இருக்கும்போதே நாலு காசு சம்பாதிக்கத் துப்பில்ல.. இப்ப சம்பாதிப்பாய் நீ.. சும்மா கிட நீலா.. எங்க மூச்சு இருக்குறவரைக்கும் உனக்கு சோறு போட முடியும். செத்துப்போன அந்தத் தங்கமான பையனோட நஷ்ட ஈட்டுத் தொகையும் நாங்க இருக்குற வரைக்கும் கிடைக்கும். அதுக்கப்புறம் உன் கதியென்னன்னு நீ கொஞ்சமாச்சும் யோசிச்சுப் பார்த்திருக்கியா?' என்ற அம்மம்மாவின் குரலில் கவலை அமிழ்ந்து கோபம் மேலெழுந்து வந்திருந்தது.

நீலமணி சற்று நேரம் கழியும் வரைக்கும் எதுவுமே பேசவில்லை. அந்த அமைதி, தாங்க முடியாத ஒன்றாக இருந்தது. ஒரு நிமிடத்துக்குப் பிறகு தழுதழுத்த குரலில் திடீரெனக் கூறினாள்.

'இந்த வீட்டுக்கு வராம புருஷன் செத்தப்பவே கூடச் செத்திருந்தா சந்தோஷமா இருந்திருக்கும்.'

'ஓஹ். உனக்குத்தான் புத்தி சொல்ல முடியாதே' என்று குரலில் காட்டத்தைக் குறைத்து சற்று கருணையோடு கூறினாள் அம்மம்மா. அம்மாவுக்கு கோபம் வருவதைக் காண அம்மம்மா பயப்படுகிறாள் என்பதை அம்மா அன்று புரிந்து கொண்டாள்.

'அவள் சொன்னா சொன்னதுதான். சில நேரங்கள்ல சரியான பிடிவாதக்காரி' என அம்மாவைக் குறித்து அம்மம்மா கூறியிருக்கிறாள் என்பதால், அம்மா சொல்வதைப் போல நிஜமாகவே தற்கொலை செய்து கொள்வாளோ என எண்ணிப் பார்த்த அமாவின் இதயம் அதிர்ந்தது. ஆனால் சற்று நேரம் அமைதியாகவிருந்த அம்மா திடீரென 'நான் நாளையிலருந்து அப்பா கூட பால் வெட்டப் போறேன். அம்மா பயப்பட வேணாம். நானோ, என் பிள்ளையோ உங்களுக்குப் பாரமா இருக்க நான் இடந்தர மாட்டேன்' என்றதும்தான் அமாவுக்குள் தோன்றிய அச்சம் அகன்றது. அம்மம்மா பதில் எதுவும் கூறவில்லை.

'பரீட்சைகளும் நல்லா சித்தியடைஞ்சுட்டு கடைசில அப்பா கூட கூலிக்குப் பால் வெட்டப் போவேன்னு கனவுல கூட நினைச்சிருக்கல. ஆனாலும் என்ன பண்றது? சும்மா வீட்டுல உட்கார்ந்துட்டு ஒவ்வொருத்தரும் குறை சொல்றதக் கேட்டுட்டு இருக்குறத விட இது நல்லது தானே தங்கச்சி' என அன்று மாலை நேரம் வீட்டுக்கு வந்திருந்த நளினி சித்தியிடம் அம்மா கூறுவதை அம்மா கேட்டுக் கொண்டிருந்தாள்.

'உன்னால முடிஞ்சா டவுண் கடையொண்ணுல ஒரு வேலை தேடித் தாயேன். அந்த மேல் வீட்டு சோமல தாகிட்டக் கேட்டுப் பாரேன் அவள் வேலை பார்க்குற இடத்துல எனக்கு ஏதாவது வேலை கிடைக்குமான்னு.'

அம்மா அந்த வார்த்தைகளை முற்றத்திலிருந்த பாறையொன்றில் அமர்ந்து தூரத்தில் தெரிந்த மலையுச்சியைப் பார்த்தவாறு சற்று சத்தமாகக் கூறினாள். பின்னாலிருந்து அந்த உரையாடலை மறைவாக செவிமடுத்தவாறு இருந்ததனால் நளினியின் முகமோ, நீலமணியின் முகமோ அம்மாவுக்குத் தென்படவில்லை. ஆனால் அம்மாவின் குரல் மிகவும் கைவிடப்பட்ட தொனியிலிருப்பதை அமா உணர்ந்தாள். நளினி சித்தியும் 'பார்க்கலாம்கா' என்று மாத்திரம் சொன்னாளே தவிர

வேறெதுவும் பேசாமல் விரலிக்காயொன்றைக் கொறித்தவாறு தூர ஆகாயத்தை வெறித்துப் பார்த்துக் கொண்டிருந்தாள்.

'இந்தப் பிள்ள மட்டும் இல்லன்னா வெளி நாட்டுக்காவது ஹவுஸ் மெய்டாப் போயிருப்பேன். ஆனா இந்த வீட்டாட்கள் நானில்லாம என் பிள்ளைய நல்லாப் பார்த்துப்பாங்கன்னு நினைச்சுக் கூடப் பார்க்க முடியல நளினி. இந்தப் பிள்ளைய இவங்கக்கிட்ட அப்படி அநாதரவா விட்டுட்டுப் போனா செத்துப் போன என் புருஷன் சவக்குழிலருந்து எழும்பி வந்து என்னை சபிப்பார்' என அம்மா கூறியபோது, தனது இதயத்தை ஆயிரம் ஊசிகள் கொண்டு துளையிடுவது போல உணர்ந்தாள் அமா.

தொலைவில், மிகத் தொலைவில் நீல ஆகாயத்தில் தாவணித் துண்டுகள் போல மேகப் பொதிகள் விசிறப்பட்டுக் கிடந்தன. வெண்ணிற மேகங்களை விடவும், இளஞ்சிவப்பு மேகங்கள்தான் அதிகமான தனிமையை உணர்த்துகின்றன. அமா கவலையை மறக்கவென அந்தி சாயும்நேரத்தில்வானில் தோன்றும்இளஞ்சிவப்பு மேகங்களைப் பார்த்து அவை ஒவ்வொன்றும் என்னென்ன வடிவங்களைக் கொண்டிருக்கின்றன என்பதாகச் சிந்திக்கத் தலைப்பட்டாள். கழுத்தில் மாலைகளைக் கொண்ட பச்சைக் கிளிகள் கூட்டமொன்று விருட்டென்று பறந்து சென்றது. தொலைவில் ஒரு மலையில் கட்டாந்தரையில் நடப்பட்டிருந்த சிறு குடி லொன்றிலிருந்து புகையெழுந்து மேலே செல்வது தென்பட்டது. குளிர் காற்றின் சீண்டலுக்கு அம்மா சிலிர்ப்பதை அம்மா கண்டாள். அத்தோடு அம்மாவின் இதயமும் சிலிர்த்ததோ என்னவோ.

வாழ்க்கையானது எந்த வடிவத்தையும் கொண்டிராதது என்றும் அந்த மலையுச்சியிலிருக்கும் ஒற்றைக் குடிலுக்குள் குடி புகுந்து இந்த உலகத்திலிருந்து விடுபட்டு வாழ முடிந்தால் எவ்வளவு நன்றாக இருக்கும் என்றும் அன்று அம்மா நளினி சித்தியிடம் கூறிக் கொண்டிருந்ததை அம்மாவும் கேட்டுக் கொண்டிருந்தாள்.

அம்மா அன்று உறங்கச் செல்லும் முன்பு ஒரு ஓவியத்தை வரைந்தாள். மலையுச்சியில் ஒரு குடிசை. அந்தக் குடிசையில் அம்மாவும், அவளும் மாத்திரம் இருந்தார்கள்.

அதன் பிறகு மனம்நோகச் செய்யும் விதமாக பல விடயங்கள் நடந்தன. அமா அன்று வரைந்த ஓவியத்தைப் போலவே கிராமத்து வீட்டிலிருந்து அமாவுக்கும், அம்மாவுக்கும் தனித்து ஒரு வீட்டில் வசிக்க வேண்டி, புறப்பட்டேயாக வேண்டிய சூழ்நிலை வந்தது.

சின்ன மாமா, காந்தி அத்தையை வீட்டுக்குக் கூட்டி வந்ததோடுதான் அது நிகழ்ந்தது. அது அசுப நிகழ்வுகள் பலவற்றுக்கும் தொடக்கமாக அமைந்தது. அந்த நிகழ்வுகள் அமாவுக்கு தொலைக்காட்சி நாடக அங்கங்கள் போல வரிசையாக நினைவிருக்கின்றன. அமா பிறகொரு நாளில் - அவள் சற்று வளர்ந்தபிறகு - அவை மறந்து விட முன்பு ஒரு நாட்குறிப்பில் அவற்றைஎழுதி வைத்திருந்தாள். கல்லில் செதுக்கிய எழுத்துக்களைப் போல அந்த வார்த்தைகளும், நிகழ்வுகளும் அமாவின் இதயத்தில் ஆழப் பதிந்திருந்தமையால் தாளில் எழுதும் போது புதிதாக நினைவுபடுத்திப் பார்க்கச் சிரமப்படத் தேவையிருக்கவில்லை. அதில் எழுதப்பட்டிருந்த விதமே கூறுவதானால், அது இப்படித் தான் இருந்தது.

மோசமான சம்பவ இலக்கம் 1

அது, அம்மா இரப்பர் பால் வெட்டும் வேலைக்குச் செல்லத் தொடங்கியதன் பின்னர் ஒரு நாள். அந்த நாட்களில் நான் ஐந்தாம் வகுப்பில் படித்துக் கொண்டிருந்தேன். அன்று வானில் சாம்பல் நிற மேகங்கள் மிதந்து கொண்டிருந்தமை நினைவிலிருக்கிறது. நான் பள்ளிக்கூடம் விட்டு வரும் போது யாரோ வீட்டின் முன்னால் அமர்ந்து அம்மம்மாவைத் திட்டிக் கொண்டிருந்ததைக் கண்டேன். அது குணவதி.

'நான் என்னோட மகள் அப்பாவின்னு சொல்ல வரல ரங்கிரி. ஆனா அவளை புதர்களுக்குள்ள இழுத்துட்டுப் போறதுக்கு முன்னாடி உன் மகனும் கூட கொஞ்சம் யோசிச்சிருக்கணும். இவ மாட்டேன்னே சொன்னாளாம். என்ன பண்றது? இப்ப நடக்க வேண்டியதெல்லாம் நடந்துடுச்சு. நேத்திலருந்து வாந்தியெடுத்திட்டிருக்கா. நான் மூணு, நாலு தடவை அவளுக்கு அடிச்சதுக்கப்புறம் தான் உன் மகனோட பேரைச் சொன்னா.'

அம்மம்மா எதுவும் கூறாமல் வழமைப் போலவே கன்னத்தில் கை வைத்தவாறு எங்கேயோ வெறித்துப் பார்த்துக் கொண்டிருந்தாள். அம்மாவும் கூட காலையில் பால் வெட்டச் சென்றுவிட்டு மதிய நேரம் வீட்டுக்கு வந்து நிலைக்கதவில் சாய்ந்து நின்றவாறு பார்த்துக் கொண்டிருந்தாள்.

முற்றத்தில் வேலியின் மீது வண்ணத்துப் பூச்சியொன்று மூடி அங்குமிங்கும் பறந்தவாறிருந்தது. பிச்சிப் பூச்செடிப் பூக்களிலிருந்து அடர்ந்த வாசனை பொங்கிப் பிரவகித்துக் கொண்டிருந்தது.

'நான் பையன்கிட்ட இது பத்திவிசாரிச்சுப் பார்க்குறேன்' என நான் வேலியைக் கடந்து வருவதைக்கண்டு அம்மம்மா மெதுவாகக் கூறினாள். எனினும் குணவதி பேச்சை நிறுத்தவில்லை.

'அப்படி சொல்லித் தப்பிக்க விட மாட்டேன்ரங்கிரி. நான் என் பொண்ணை அடுத்த கிழமை இங்க கொண்டு வந்து தங்க வைப்பேன். கல்யாணப் பதிவுல கையெழுத்துப் போட உன் மகனுக்குத் தயாரா இருக்கச் சொல்லு. இனியும் தாமதிக்க முடியாது. அவள் வயித்தத் தள்ளிட்டிருக்குறத ஊரறிஞ்சா நம்ம எல்லோருக்கும் தான் அசிங்கம்.

கூறியது போலவே சின்ன மாமா தனது தவறை ஏற்றுக் கொண்டார். காந்தி அத்தையைக் கூட்டிக் கொண்டு வீட்டுக்கு வந்தார்.

காந்தி அத்தையும், வினிதா அத்தையைப் போலவே இருப்பாள்

என எண்ணி ஆரம்பத்தில் நான் அக மகிழ்ந்திருந்தேன். ஆனால் அது நடக்கவில்லை. அவள் மோசமானவளாக இருந்தாள். எப்போது பார்த்தாலும் முறைத்தவாறே இருந்த காந்திஅத்தையின் வதனத்தில் எவ்வித சாந்தமும் இருக்கவில்லை. அவள் வீட்டுக்கு வந்த சில தினங்களிலேயே வயிறு நன்றாகப் பருத்து விட்டிருந்தது. அவள் ஒரு குழந்தையைப் பிரசவிக்கவிருக்கிறாள் என அம்மா கூறினாள். எனினும் அவள் குழந்தையோடு பாசமாக இருக்க மாட்டாளென எனக்குத் தோன்றியது. ஒரு வேளை அவளது குழந்தையிடம் மாத்திரம் பாசமாக இருப்பாளோ என்னவோ. ஆனால் அவள் என்னிடம் மட்டும் சிறிதும் கருணைகாட்டவில்லை. நான் வேறொருவரின் பிள்ளை என்பதனால் அவ்வாறு இருக்கக் கூடும்.

ஒரு நாள் இரவு, நான் விளக்கொன்றைப் பற்ற வைத்து, பள்ளிக்கூடத்தில் தந்திருந்த வீட்டுப் பாடத்தைச் செய்து கொண்டிருக்கையில் காந்தி அத்தை வந்து ‘படிச்சிக் கிழிச்சது போதும். இந்த விளக்கு என்னோட அறைக்கு வேணும்’ எனக் கூறி விளக்கை எடுத்துச் சென்றாள். அம்மாவிடம் கூறினால் பிரச்சினை ஏதாவது வருமென நினைத்து நான் அதை அம்மாவிடம் தெரிவிக்கவில்லை. அதற்குப் பதிலாக மறுநாள் பள்ளிக்கூடத்தில் வாத்தியாரிடம் வீட்டுப் பாடம் செய்யவில்லை என்பதற்காகத் திட்டு வாங்கினேன்.

மற்றுமொருநாள் சமையற்கட்டின்அடுப்பருகில் வாசனைக் கமழும் விதத்தில் மீன் சமைக்கப்பட்டு ஒரு பாத்திரத்தில் வைக்கப்பட்டிருந்தது. நான் அதிலிருந்து ஒரு துண்டை எடுக்க முற்படும்போது ‘இது எனக்குச் சாப்பிட நான் சமைச்சது’ என்று கூறியவாறு காந்தி அத்தை முன்னால் வந்து நின்றாள். 'அத்தை அவளோட வாய்க்கு ருசியா சமைச்சிருக்கா. உனக்குத்தான் பழைய குழம்பிருக்கே. அதை ஊத்திக்கிட்டு சாப்பிடு’ என்று அம்மம்மாவும் தன் பங்குக்குக் கூறினாள். அது என் அம்மாவின் காதிலும் விழுந்து விட்டது. ‘இந்தச் சின்னப் புள்ளைக்கு ஒரு துண்டு

மீன் கொடுத்தாகுறைஞ்சு போயிடுமா?' என அவள் அம்மம்மாவின் மீது எரிந்து விழுந்தாள். பிறகு என்னைப் பார்த்து அமைதியாக 'மகளுக்கு நான் இன்னொரு நாளைக்கு மீன் வாங்கிட்டு வந்து சமைச்சுத் தாறேன்' என்றாள்.

அம்மாவிடம் மீன் வாங்கக் காசிருக்காது என்பது எனக்கு அந்த வயதிலேயே புரிந்திருந்தது. நாட்டின் மத்தியில் எமது கிராமம் அமைந்திருந்ததால், கடைகளில் குளிர்சாதனப் பெட்டிகளினுள்ளே வைக்கப்பட்டிருக்கும் மீன்கள் விலை அதிகமானவை என முன்பொரு தடவை அம்மா கூறியது நினைவிருக்கிறது. 'ஐயோ மீன் கறி எனக்குப் பிடிக்காது. வேறேதோன்னு நெனச்சிதொட்டுப் பார்த்தேன். நான் குழம்பு ஊத்திக்கிறேம்மா' என்று கூறி அன்று, அங்கு பற்றிக்கொள்ளவிருந்த அந்தப் பெருநெருப்பை நான் சட்டென அணைத்துவிட்டேன்.

எனினும் அடுப்பருகே நின்று கொண்டிருந்த அம்மா குனிந்து தனது சீலைத்துணியால் கண்களைத் துடைத்துக் கொண்டது புகையினாலல்ல என்பது எனக்குப் புரிந்தது.

மோசமான சம்பவ இலக்கம் 2

அது ஒரு சனிக்கிழமை. விறாந்தையில் சுழன்று சுழன்று விளையாடியவாறு நான் வீட்டிலிருந்தேன். வெண்ணிற மேகமொன்றை அழுத்தியவாறு கருமுகில் கூட்டமொன்று வானில் மிதந்து கொண்டிருந்தது.

சிவந்த வதனம் கோபத்தால் மேலும் சிவக்க, பதறியடித்தவாறு அம்மா இறப்பர் தோட்டத்திலிருந்து வீட்டுக்கு ஓடிவந்திருந்தாள். எனக்கு பயமாக இருந்தது. அம்மம்மா சின்ன மாமாவின் புதிதாகப் பிறந்திருந்த தம்பியைக் கையிலேந்தியவாறு விறாந்தையில் நின்றிருந்தாள். காந்தி அத்தை துணி துவைப்பதற்காக கிணற்றடிக்குச் சென்றிருந்தாள்.

'என்னாச்சு நீலா?' என அம்மம்மா திடுக்கிட்டுக் கேட்டாள். அம்மா விழுந்தடித்தவாறு சமையலறைக்கே ஓடினாள். அம்மம்மாவும் 'என்னாச்சுன்னு சொல்லித் தொலையேன்' என்று பதறியவாறு குழந்தையைத் தூக்கிக் கொண்டு அம்மாவைப் பின் தொடர்ந்தாள்.

நானும் அவர்கள் பின்னாலேயே போனேன். அம்மா சமையலறைக்குள் போய் மண்குடத்தைக் கவிழ்த்து கோப்பை யொன்றுக்குத் தண்ணீர் வார்த்து மூச்சு முட்டத் தண்ணீர் குடித்துக் கொண்டிருந்தாள்.

'அந்தக் கங்காணி அவன் என்னைத் தேவையில்லாமத் தொடப் பார்த்தான். கன்னம் சிவக்க நான் அவனை அறைஞ்சிட்டேன். பொறுக்கி' என மூச்சு வாங்கக் கூறிய அம்மா வேகமாக வெளியே சென்று திண்ணையில் அமர்ந்துகொண்டாள். அம்மம்மா கல்லாய்ச் சமைந்தது போலப் பார்த்துக் கொண்டிருந்தாள்.

அன்றைய தினத்துக்குப் பின்னர் அம்மா திரும்பவும் ஒரு போதும் இரப்பர் பால் வெட்டும் தொழிலுக்குப் போகவில்லை. தேவையில்லாமல் தொடுவதென்றால் என்னவென்று அந்நாட்களில் எனக்குத் தெரிந்திருக்கவில்லை. ஆனால் பிறகொருநாள் புரிந்தது.

'கையைப் புடிச்சி இழுத்தான்னா அதுக்கு அறையத்தான் வேணுமா? வீண் பெருமை காமிச்சிருக்கா இவ' என காந்தி அத்தை தோட்டத்திலிருந்த டிக்கிரியிடம் கிசுகிசுப்பது கேட்டது. 'இதனால அங்க வேலை பார்த்துட்டிருக்குற என் புருஷனோட வேலையும் போயிடும். இவ பெருசா பத்தினி வேசம் போடுறா. இவளோட உடுப்பும், நடையும், பார்வையும்.. இவளோட தோல் சிவப்புக்குத்தான் பசங்க மயங்கிடுறாங்க. இவளும் எல்லா ஆட்டத்தையும் அங்க ஆடிட்டு வந்து இங்க பத்தினி வேசம் போடுறாளாயிருக்கும்.'

காந்தி அத்தை அவ்வாறெல்லாம் திட்டியது என் அம்மாவைத்தான். அவளது வார்த்தைகளில் பொறாமை தான் தாண்டவமாடுகிறது என்பது அந்தச் சிறு வயதிலும் கூட எனக்குப் புரிந்தது. குழந்தையைப் பெற்றெடுத்த பிறகு காந்தி அத்தை அழகுகுலைந்து போயிருந்தாள். அதற்கு முன்பும் கூட அவள் எனது அம்மாவைப்போல ஒரு அழகியாக இருக்கவில்லை. அம்மா வர வர அழகு கூடிக் கொண்டே வந்தாள். பள்ளிக்கூடத்துக்குப் புதிதாக வந்த ஆசிரியை ஒருவர் அம்மாவைக் கண்டு 'அது எனது அம்மா' என்றதும் ஆச்சரியப்பட்டார். 'மன்னிக்கணும்... நான் அவரை அமாவோட அக்கான்னு நெனச்சுட்டேன்' என சுஜாதா டீச்சர் கூறிய நாளில் அம்மா மீது பெருமையும் ஏற்பட்டது நிஜம்.

ஊரிலிருந்த ஆண்கள் அம்மாவை உன்னிப்பாகக் கவனிக்கிறார்கள் என்பதை சிறு வயதிலிருந்தே நான் அறிந்திருந்தேன். சில ஆண்கள் கண்களிரண்டையும் சுருக்கி அம்மாவை மேலும் கீழுமாக வித்தியாசமாகப் பார்ப்பார்கள். நான் அருகிலிருப்பதையும் கூட கண்டு கொள்வதில்லை. ஒரு நாள் ரவுடி பண்டா 'உன்னைக் கொஞ்சம் சந்திக்கணும்.. கொஞ்சம் தனியா வாயேன்' என அம்மாவிடம் கூறினான். 'நீ என் வாயைக் கிளறாமப் போயிடு' என்று அவனைத் திட்டிய அம்மா என்னையும் இழுத்துக்கொண்டு மூச்சிறைக்க இறைக்க அவ்விடத்திலிருந்து ஓடி வந்தாள். அந்தக் கணங்களில் அம்மாவைப் பார்க்கக் கூட பயமாக இருக்கும். சிலவேளை அப்பா இருந்திருந்தால் இவ்வாறெல்லாம் நடந்திருக்காது. அவ்வாறான சிந்தனைகள் மனதில் தோன்றும் போது நான் அப்பாவை நினைத்து நினைத்து அழுவேன்.

அப்பா அம்மாவையும், என்னையும் விட்டுவிட்டுச் சென்றது இப்படிப்பட்ட ஒரு தீய உலகத்தில்தானா?

எப்படியோ கங்காணியின் சம்பவத்திற்குப் பிறகு சின்ன மாமாவும், அம்மாவும் அடிக்கடி முரண்பட்டார்கள். அம்மா பதற்றப்படாமல் இருந்திருந்தால் எந்தப் பிரச்சினையும் வந்திருக்காது என்று சின்ன மாமா கூறினார். தோட்டத்தில் வைத்து கங்காணி இரண்டு மூன்று தினங்களாக தன்னிடம் தவறாக நடக்கப் பார்த்ததாகவும், பொறுக்க முடியாத கணத்தில்தான் தான் அவனைத் தாக்கியதாகவும் அம்மா கோபத்தோடு கூறினாள்.

அதனால் அம்மா செய்து கொண்டிருந்த வேலை பறிபோய் விட்டது. அதற்குப் பிறகு அம்மா வீட்டிலிருந்தவாறு பீடி சுற்றத் தொடங்கினாள். வீட்டிலிருந்த அனைவருக்கும் காலையும், மதியமும் உணவு சமைத்து வைத்து விட்டு மீதமிருந்த நேரங்களிலெல்லாம் பீடி சுற்றிக் கொண்டேயிருந்தாள். குழந்தையின் அழுக்குத் துணியை மாற்றி விடுவதையும், அந்தத் துணியை அலசிக் காய வைப்பதையும் மாத்திரமே காந்தி அத்தை செய்து கொண்டிருந்தாள்.

அந்தக் கிராமத்துப் பெண்கள் வீட்டிலிருந்தவாறே பணமீட்டவென பீடி சுற்றுவதை ஒரு தொழிலாகச் செய்து கொண்டிருந்தார்கள். முதலில் நிலத்தில் அமர்ந்து, மடியில் ஒருமூங்கில் தட்டைவைத்துக் கொண்டு பீடியிலையை சிறு செவ்வக வடிவத்தில் வெட்டிவைத்துக் கொள்வார்கள். பிறகு அந்தச் செவ்வக வடிவ இலைத்துண்டின் மத்தியில் புகையிலைத் தூளை வைத்து இலையைச் சுருட்டி ஒரு நுனியை நூலால் கட்டிவிட்டுமறு நுனியை கத்தரிக்கோல் முனையால் உள்நோக்கி மடித்து விடுவார்கள்.

அம்மா மேற்படி வேலைகளை மிகத்துரிதமாக ஒரு இயந்திரத்தைப் போல செய்து கொண்டிருப்பதை நான் பார்த்துக் கொண்டேயிருப் பேன். சில நாட்கள் பள்ளிக்கூடம் விட்டு வந்த பிறகு நான் கத்தரிக்கோலால் பீடியிலைகளை வெட்டிக் கொடுப்பேன். ஒவ்வொரு

கிழமையும் அம்மா, தான் தயாரித்த பீடிகளை சந்தியிலுள்ள கடைக்குக் கொண்டு போய்க் கொடுத்து காசு வாங்கி வருவாள்.

மோசமானசம்பவஇலக்கம் 3

நான் ஐந்தாம் ஆண்டு புலமைப்பரிசில்பரீட்சையில் சித்தியடைந் தேன். அந்தநாள் காலை நேரம் எழில்மிக்க வெண்மேகங்கள் நீல வானில் மிதந்து கொண்டிருந்தன.

அக்கிராமத்துப் பள்ளிக் கூடத்தில் நானும் இன்னும் இரண்டு பிள்ளைகளும் மாத்திரமே அப்பரீட்சையில் சித்தியடைந்திருந்தோம். நான் சித்தியடைந்தது ஒரு மோசமான சம்பவமல்ல. எனினும், அதன் பிறகு நடைபெற்ற நிகழ்வுகளையெல்லாம் பார்க்கும்போது நான் சித்தியடையாமல் இருந்திருந்தால் நன்றாக இருந்திருக்குமே என எனக்குத் தோன்றியது.

பெறுபேற்றைச் சொன்னதுமே அம்மா மிகுந்த மகிழ்ச்சியடைந்தாள். அவரைப் போலவே பூரித்துப்போனது தாத்தா மாத்திரம்தான். அந்த நாட்களில்அம்மம்மாவின் யோசனையெல்லாம் சின்ன மாமாவின் குழந்தையைப் பராமரிப்பதிலேயே இருந்ததாலோ என்னவோ இந்தத் தகவலை அவள் கண்டுகொள்ளாதது போலிருந்தாள். காந்தி அத்தையிடம் அம்மா இத்தகவலைக் கூறவேயில்லை.

'மகளை டவுண் ஸ்கூலுக்கு அனுப்ப முடிஞ்சா நல்லாருக்கும்பா' என அம்மா, தாத்தாவிடம் கூறினாள்.

'அது நல்லதுதான் மகள். ஆனா எங்ககிட்ட ஏதும்மா அவ்ளோவசதி?' என தாத்தா மிகுந்த கவலையோடு கேட்டார்.

'ஸ்ரீமலோட அண்ணாக்கிட்ட கதைச்சுப்பார்க்கலாமோன்னு தோணுது எனக்கு' என்றாள் அம்மா. அம்மா எனது பெரியப்பாவைப் பற்றித்தான் கூறினாள். அவர் நகரத்துப் பாடசாலையொன்றில் ஆசிரியராக பணி புரிந்து கொண்டிருந்தார். அவரது மனைவியும்தான்.

அவரது இரண்டு மகள்மாரும் கண்டிநகரப்பாடசாலையொன்றில் படித்துக் கொண்டிருந்தார்கள்.

அவர்களோடு எமக்கு எவ்விதத் தொடர்பும் இருக்கவில்லை. அப்பா, அம்மாவைத் திருமணம்செய்த கோபத்தில் அந்தக் குடும்பத்தினர் எவரும் அம்மாவின் குடும்பத்தோடு எந்தத் தொடர்பும்வைத்துக் கொள்வதில்லை என்று அம்மா கூறியிருந்தாள். எமது தாத்தாவின் குடும்பத்தினர் ஏழைகள் என்பதால் பெரியப்பாவுக்கும் எம்மைப் பிடிக்காது எனவும் அம்மா கூறியிருந்தாள். இதெல்லாம் தெரிந்திருந்தும் அம்மா என்னையும் கூட்டிக்கொண்டு பெரியப்பாவின் வீட்டுக்கு அன்று ஏன் தான் போனாளோ? போய் அவமானப்பட்டதை விடவும் போகாமலே இருந்திருந்தால் நன்றாக இருந்திருக்கும்.

பெரியப்பா, பெரியம்மா இருவருமே நாங்கள் அன்று சென்றபோது வீட்டிலிருந்தார்கள். பெரியம்மா எங்களை தலைவாசலால் வீட்டுக்குள் நுழைய அனுமதிக்கவில்லை. பின்கட்டு சமையலறைப் பக்கமாக கதவைத் திறந்து உள் முற்றத்தின் அருகே ஓரமாகப் போடப்பட்டிருந்த கதிரைக்களிரண்டை உட்காரும்படி தந்தாள். பெரியப்பாவும் அங்கே வந்து கதைத்தார். அம்மா, தான் வந்த காரணத்தைக் கூறியதும் தலையைச் சொறிந்தவாறே 'பார்க்கலாம்' என்றார். நான் எடுத்திருந்த புள்ளிகள் நகரப் பாடசாலையில் சேர போதாமலிருக்கக் கூடும் என்றும் கூறினார்.

'என்ன செய்ய? இப்ப டவுண், கிராமம்னு என்ன வித்தியாசமிருக்கு? எல்லாப் பள்ளிக்கூடத்துலயும் நல்லாத்தானே சொல்லிக் கொடுக்குறாங்க? இந்தப் புள்ளய ஊர்ப் பள்ளிக் கூடத்துக்கே அனுப்புங்கன்னுதான் நான்சொல்ல வரேன். பத்தாம் வகுப்பும் பாஸாகிட்டான்னா அப்புறம் பார்க்கலாம்' என்று பெரியப்பா கூறும்போது அம்மாவின் முகம் கோணலாகியது.

‘டவுணுக்குப் புள்ளய படிக்க அனுப்பிட்டு உங்களுக்கு காசு செலவழிக்கவும் வழியில்லையே. அதையெல்லாம் பத்தியும் யோசிச்சுப் பார்க்கணும்’ என பெரியம்மா பழைய உடைந்த கோப்பைகளிரண்டில் தேநீரைக் கொண்டு வந்து நீட்டியவாறே கூறினாள்.

அன்று எமது வீட்டுக்கு வரும்வழி நெடுகவும் அம்மா அவர்களைத் திட்டித் திட்டியே நடந்து வந்தாள்.

‘நாசமாப்போக. அவங்கப் பிள்ளைங்கள மட்டும் டவுணுல பெரிய பெரிய ஸ்கூலுக்கு அனுப்பிப் படிப்பிக்கறது நல்லது. எங்கப் பிள்ளைய இந்தப் பக்கத்துல இருக்குற ஸ்கூலுக்கு அனுப்புறதுக்குப் பார்த்தா ஊர்ப் பள்ளிக்கூடத்துக்கே அனுப்ப சொல்றாங்க. இதான் உன்னோட பெரியப்பா. கூடப் பொறந்த உன் அப்பாவைப் பத்தி நெனச்சுப் பார்த்தாவது அவங்களுக்கு எங்க மேல கொஞ்சம் கருணை காட்டலாம்ல? தான் படிப்பிக்குற ஸ்கூலுக்கு தன்னோட தம்பி பிள்ளைய சேர்த்துக்க விரும்பாதவங்க.‘

நான் அழத் தொடங்கியிருந்தேன். அந்த வார்த்தைகளின் காட்டத்தை என்னால் தாங்கிக் கொள்ளவே முடியவில்லை. என்னால் புதிய பாடசாலையொன்றுக்குப் போக முடியவில்லையே என்ற ஏக்கத்தில் நான் அழுவதாக அம்மா நினைத்தாள்.

‘நீ அழாதே மகளே. நான் உன்னை எப்படியாவது இந்த நரகத்திலிருந்து மீட்டுக்கொண்டு போவேன்’

நான் மேலே பார்த்தபோது அத்துயரம் தரும் இளஞ்சிவப்பு மேகங்கள் மரணித்துக் கொண்டிருந்த சூரியக் கீற்றுக்களை முட்டி மோதிக் கொண்டிருந்தன.

மோசமானசம்பவஇலக்கம் 4

அந்த நாள் - இறுதி மோசமான நாள். பெரியப்பாவின் வீட்டுக்குப் போய் வந்ததன் பிறகு ஒரு நாள். அன்றும் கூட அந்த இளஞ்சிவப்பு மேகங்கள்மிகுந்த சோகத்தைத் தோற்றுவிக்கும் விதமாக வானில் மிதந்து கொண்டிருந்தன.

நான் விறாந்தைத் தரையில் அமர்ந்து ஒரு ஓவியத்தை வரைந்து கொண்டிருந்தேன். அம்மா என்னருகே அமர்ந்திருந்து பீடி சுற்றியவாறு பத்திரிகையொன்றையும் புரட்டிக் கொண்டிருந்தாள்.

காந்தி அத்தை, குழந்தையைத் தூக்கிக்கொண்டு முன்னால் வந்தாள். அம்மம்மா மலர்ப் பூஜைக்கென பூப்பறித்துக் கொண்டிருந்தாள்.

'அதோ அந்த ஈரப்பலா மரத்தடியில்ஒரு குடிசையையாவது கட்டிக் கொள்வோமான்னு பார்க்குறேன் அத்தை' என்று காந்தி அத்தை அம்மம்மாவிடம் கூறினாள்.

'அது எதுக்கு?' என அம்மம்மா திடுக்கிட்டுப் போய்க் கேட்டாள்.

'இல்ல... இந்தக் குழந்தைக்குன்னும் ஏதாவது இருக்கணும்ல? நான் சொல்ல வர்றது எங்களுக்குன்னே ஒரு வீடு இருக்கணும்ல?'

'ஏன்? உங்களுக்குத்தான் இந்த வீடிருக்கே? வேற வீடெதுக்கு?' என அம்மம்மா பூஜைத் தட்டைக் கையிலேந்தியவாறு வாசற்படியிலேறும் போது கூறினாள்.

'இல்ல... இதுல இவங்களும் இருக்காங்களே' என காந்தி அத்தைப் பட்டும் படாமலும் கூறினாள். நான் தலையை உயர்த்திப் பார்த்த போது அம்மாவும் திடுக்கிட்டுப் போய் காந்தி அத்தையையே பார்த்துக் கொண்டிருப்பதைக் கண்டேன்.

'யாரிருந்தாலும் இந்த வீடு என்னோடஇளைய மகனுக்குத்தான். பரம்பரை வீடு எப்பவும் இளைய மகனுக்குத்தான் சொந்தம்' என

ராஜகட்டளையிடுவது போல சிறிதும் தயை தாட்சண்யமின்றி அம்மம்மா உறுதியாகக் கூறினாள்.

'இவங்க ரெண்டு பேரும் கர்மத்துக்கு இங்க வந்து விழுந்து கிடக்காம இருந்திருந்தா எப்பவோ இந்த வீட்டை உங்களுக்குன்னே எழுதித்தந்திருப்பேன்.'

அம்மம்மா 'இவங்க ரெண்டு பேரும்' என்று கூறியது என்னையும், அம்மாவையும்தான் என்பது புரிந்தது. அதுவரை நிலத்தில் அமர்ந்திருந்த அம்மா, வில்லிலிருந்து கிளம்பிய ஈட்டியொன்றைப் போல எழுந்து நின்றாள்.

'அம்மா நல்லா யோசிச்சுத்தான் பேசுறீங்களா? அதாவது எங்கிருந்தோ வந்தவளுக்கு இருக்குற உரிமைக் கூட என் பரம்பரை வீட்ல எங்களுக்கில்லன்னு சொல்றீங்களா?' என அம்மா கோபமாகக் கேட்டாள்.

'ஏன் அத்தை சொன்னது கேட்கலையா? இது இனிமே உன் தம்பியோட வீடு. நான் உன் தம்பி பொண்டாட்டி. எங்கிருந்தோ வந்தவளில்ல' என காந்தி அத்தையும் அம்மா மீது எரிந்து விழுந்தாள்.

'நீ வாயை மூடு நீலா. அமைதியா இருக்குறதுன்னா இரு.

இது இனிமே உன் தம்பியோட வீடு. இந்த வீட்டுல உனக்கு இனி எந்த உரிமையுமில்ல. இவங்களே உன் மேல பரிதாபப்பட்டு கூடத் தங்க வச்சுட்டிருக்காங்க' என்ற அம்மம்மா, பார்வையால் காந்தி அத்தைக்கு அம்மாவைக் காட்டி 'அதனால நீலா.. நீ இனிமே இவங்க சொல்றபடி கேட்டு அடங்கியிருக்கணும். ஒரு குடும்பத்துல இருக்குற பொண்ணைக்கட்டிக் கொடுத்துட்டா அதுக்கப்புறம் அந்தப் பொண்ணுக்கு அவளோட பரம்பரை வீட்டுல ஒரு உரிமையுமில்ல. சட்டம் பேசுறதுக்கு முன்னாடி அதைத் தெரிஞ்சுக்க' என்றாள். பிறகு

காந்தி அத்தையின் பக்கம் திரும்பி ‘நீங்க எங்கேயும் போக வேண்டிய அவசியமில்ல. இது இனிமே உங்க வீடு. வேணும்னா நீலாவும், பொண்ணும் அந்தப் பக்கமா ஒரு குடிசையைக் கட்டிக்கட்டும்’ என்றாள்.

அதைக் கேட்டதும் அம்மாவின் கோபம், கவலை, வலி அனைத்தும் வெளியே சீறிப்பாய்ந்தன.

‘உங்க கண்ல படாம, இங்க சுத்துவட்டாரத்துல கூட நிக்காம நான் என் மகளைக் கூட்டிக்கிட்டு எங்காவது போயிடுறேன். அதுவரைக்கும் எங்களுக்கு விழுந்து கிடக்கக் கொஞ்சம் இடம் கொடுங்க.’

இவ்வாறுதான் அந்த மோசமான சம்பவங்கள் குறித்து அமா எழுதியிருந்தாள். சொன்னது போலவே அதற்கு ஒரு கிழமைக்குப் பின்பு, பத்திரிகையில் போடப்பட்டிருந்த விளம்பரமொன்றைப் பார்த்துவிட்டு வேலைத் தேடி கொழும்புக்கு வந்தாள் அம்மா. கொழும்பில் ஒரு தோழியின் வீட்டில் தங்குவதாகவும், அந்தத் தோழி உதவி செய்வதாகவும் தான் வீட்டில் கூறியிருந்தாள். கொழும்பில் வாடகைக்கு ஒரு வீடு பார்த்துவிட்டுக் கூட்டிக்கொண்டு வரும் வரைக்கும் அமாவை, அம்மம்மாவுடன் அக்கிராமத்து வீட்டில் தங்கியிருக்குமாறு கூறி விட்டு வந்திருந்தாள். மகளை நன்றாகப் பார்த்துக் கொள்ளுமாறு அயலில் வசித்த நளினி சித்தியிடம் அம்மா பல தடவைகள் கூறுவது அமாவுக்குக் கேட்டது.

அம்மா ஊரிலிருந்து கிளம்பி கொழும்புக்குச் சென்ற நாள் அமாவுக்கு நினைவிருக்கிறது. அம்மா தெருவில் நடந்துசென்று புள்ளியாகி மறையும் வரைக்கும் அம்மாவை அமா பார்த்துக் கொண்டேயிருந்தாள். அதன் பிறகு அந்தியாகி சூரியன் மறையும் வரைக்கும் ஆகாயத்தில் மிதந்து கொண்டிருந்த இளஞ்சிவப்பு மேகங்களைப் பார்த்துக் கொண்டு அழுது தீர்த்தாள். அன்றும் கூட

தொலைதூர மலையுச்சியின் வெறுந்தரையில் நடப்பட்டிருந்த சிறு குடிலொன்றிலிருந்து புகை மேலேயெழுந்து செல்வது தென்பட்டது. இந்த வீட்டைக் கைவிட்டுவிட்டு மலையுச்சிக்கு ஓடிச்செல்லத் தோன்றியது அமாவுக்கு.

அன்றும் கூட அமா தாளொன்றை எடுத்து ஓவியமொன்றை வரைந்திருந்தாள். அமா தன்னந்தனியாக மலையடிவாரமொன்றில் நின்று கொண்டிருக்கிறாள். அந்த மலையின் உச்சியில் ஒரு சிறுகுடிலும் ஏகாந்தமாக நின்று கொண்டிருக்கிறது.

நட்சத்திரப் போராளி!

கத்யானா அமரசிங்ஹ

இதயத்தின் ஆழத்துக்கே ஊடுருவி, கழியும் ஒவ்வொரு கணமும் மீண்டும் மீண்டும் நினைவுக்கு வரும் பார்வையொன்றை நான் எப்போதாவது கண்டிருப்பேனெனில், அது இரண்டு தடவைகள் மாத்திரமே.

முதற்தடவை எனது அப்பா மரிக்கும் கணத்தில் என்னைப் பார்த்த பார்வை. மிகுந்த வேதனையால் நிறைந்திருந்த அவரது முகம் அவ்வேளையில் வெளிறிப் போயிருந்ததோடு அவர் எனது கையைப் பற்றியவாறு எதையோ கூற முயற்சித்தார். அக்கண்களில், நம் எவருக்கும் பாதுகாப்பற்ற இவ்வுலகில் என்னைத் தனியே விட்டுச் செல்ல முடியாத கவலை தேங்கியிருந்தது. மரணத்தின் வெண்ணிற உலகத்தில் கால் பதிக்கும் முன்பு அவர் அச்சத்தில் ஆழ்ந்திருந்தார்.

அதற்குப் பிறகு அவ்வாறான மறக்க முடியாத பார்வையை எனது காதலனிடமிருந்து நான் கண்டேன். அது நாம் என்றென்றைக்குமாகப்

பிரிந்த அந்த இறுதி நாளில். அவரது அந்தப் பார்வையில் கேள்வி, அதிர்ச்சி, ஏற்றுக் கொள்ள முடியாமை, திகைப்பு ஆகியவற்றோடு வலியும் படிந்திருந்தது. நான் அவரது தலையை துப்பாக்கியால் குறிபார்த்த கணத்தில், அவர் அந்தப் பார்வையால் என்னைப் பார்த்துக் கொண்டிருந்த போது, அக் கணமே துப்பாக்கியால் எனக்கே வேட்டு வைத்துக் கொண்டு செத்துப் போகத் தோன்றியது.

அவர் என்னைக் காதலுடன் முத்தமிட்ட நிமிடங்களை நான் மறந்திருப்பேன் என அவர் நினைத்திருக்கக் கூடும். இல்லை. நான் எதையும் மறக்கவில்லை.நான் முத்தமிட்ட போது அவரது கண்கள் காதலால் பூரித்திருந்த விதத்தையும் நான் மறக்கவில்லை.என் முன்னால் அந்த அனைத்து உணர்வுகளையும் கட்டுப்படுத்திக் கொண்டிருந்தவை அந்தக் கண்களே என்பதை நான் அறிந்திருந்தேன்.

எனினும் அவ்வேளையில் அங்கு நின்றிருந்தது நானல்ல. உண்மையாகவே நானல்ல. உள்ளே உணர்வுகளை அமுத்தி மிதித்துப் போட்டிருந்த பிணமொன்றுக்கு ஒப்பான பெண்ணொருத்தி.

'அவருக்கு இப்படியான இடங்களுக்கு உன்னைத் தேடிக் கொண்டு வந்து தொந்தரவு தர வேண்டாமெண்டு சொல்லு. ஏன் அவர் சின்னப் பிள்ளைபோல நடந்து கொள்றார்?

அன்று அவர் என்னைத் தேடி வந்து பெரிய பிரச்சினையொன்றை உருவாக்கிக் கொண்டிருந்த போது மாலதி அக்கா கனத்த பார்வையோடு என்னிடம் உத்தரவிட்டாள்.நான் அப்போது அலுவலகத்தின் உள்ளே இருந்தேன்.

அவளது உறுதியான குரலைக் கேட்டவாறு நான் ஒரு கணம் மௌனமாக இருந்தேன்.

உண்மையைக் கூறுவதானால் எனதுள்ளத்தில் அவர்மீது உதித்த சிறு பிள்ளைத்தனமான உணர்வுகளை வெளிப்படுத்தி, தனது பாட்டில்

ஓர் ஓரமாகக்கிடந்த அவரை இந்தச் சிக்கலுக்குள் இழுத்து விட்ட குற்றத்துக்கு பிரதானமாகப் பொறுப்பேற்க வேண்டியது நான்தான். காதலை வெளிப்படுத்துவதற்கு முந்திக் கொண்டது நான். அப்போது வரைக்கும் அவருக்கு என் மீது அவ்வாறான ஒரு உணர்வு தோன்றியிருக்கக் கூடுமெனக் கூற முடியாது. உண்மையில், அன்று, எனது சிறு பிள்ளைத்தனமான பழக்க வழக்கங்கள் வெளிப்பட்டு, அவர் முன்னிலையில் என்னால் எனது உணர்வுகளைக் கட்டுப் படுத்திக் கொள்ள முடியாமல் போய் விட்டது. அதன் பிறகு அதை இவ்வளவு தூரத்துக்கு இழுத்து வந்ததுவும் நான்தான். அதற்குரிய பரிகாரத்தை ஒருபோதும் அவர் செலுத்த வேண்டியதில்லை.

இயக்கத்தில் இணைந்திருந்த நாங்கள் உடனடித் தீர்மானம் எடுக்க பயிற்றுவிக்கப் பட்டிருந்தோம். வெளியுலகப் பெண்களுக்கு இருப்பது போல ஒரு வரிசையான ஒழுங்கில் பயணிக்கும் ஜீவிதம் எமக்கிருக்கவில்லை.

எக் கணத்திலும் மரணம் எம்மைத் தேடி வருமெனநாங்கள் நன்றாக அறிந்திருந்தோம்.

இவ்வுலகில் பிறந்த அனைத்து மனிதர்களுமே மரணிப்பது நியதிதான் என்றாலும் எம் அளவுக்கு அதற்குத் தயாராக இருப்பவர்கள் வேறு இருக்க இயலாது. எமது ஜீவிதம் அந்தந்தக் கணத்துக்கானது. அந்தக் கணத்தில் எடுக்க முடிந்த மிகவும்உசிதமான தீர்மானத்தை உடனடியாக எடுக்க என்னால் முடிந்தது அதனால்தான்.

எனவே திடீரென நான் அந்த நடைப்பிணமாக மாறியிருந்தேன்.

நான் காதலித்த நபருக்காக என்னால் எடுக்கமுடிந்த தீர்மானம் அது மாத்திரம்தான். அவர் மனதை சரிப்படுத்திக் கொண்டு என்னிடமிருந்து பிரிந்து செல்ல உதவுவது மாத்திரமே. ஆகவே நான் அதைச் செய்தேன்.

அவரது தலையை துப்பாக்கியால் குறி பார்த்தபோது, அவர் நான் முன்பு கூறிய பார்வையால் என்னை ஒரு நிமிடம் போலப் பார்த்திருந்து விட்டு, திரும்பிச் சென்று விட்டார். எனது இதயத்தில் முதல் சாவு நிகழ்ந்தது அன்றுதான்.

ஒரு போராளிக்குப் பொருத்தமற்ற விதத்தில், எனது கண்களிலிருந்து கண்ணீர் வழிந்தோடியதோடு, நான் உதடுகளைக் கடித்தவாறு, தரையில் முழந்தாளிட்டு, நிலத்தைக் கையால் சுரண்டி மண்ணைக் கையிலெடுத்தேன். இருண்ட கபில நிற மண்ணைத் தோண்டித் தோண்டி எனது புதைகுழியை வெட்டி அதில் சாய்ந்து கொள்வதே எனது தேவையாகவிருந்தது. உண்மையில் அக் கணமே செத்துப் போய் விடுவதே எனக்கு அவசியமாகவிருந்தது. அவர் எனக்களித்த ஜீவிதத்தை அவரே திரும்பவும் எடுத்துச் சென்றதோடு, பிரிவின் வேதனையிலும் கவலையிலும் எனது எலும்புகள் கூட பதறத் தொடங்கியது. எனதிரு கரங்களையும் எவரோ அன்று இறுக்கமாகப் பற்றிக் கொண்டிருந்திருக்காவிட்டால் அக் கணமே நான் தற்கொலை செய்து கொண்டிருக்க இடமிருக்கிறது.

'விசர் பிடிச்சவள் போல நடந்து கொள்ளாதே' என செல்வமலர் காதில் கூறுவது கேட்டது. நான் விம்மியழுதவாறு இருந்ததோடு அவள் எனது வாயைப்பொத்தி என்னைத் திட்டினாள்.

'ஒருத்தனுக்காகச் செத்துப் போற அளவுக்கு நீ இவ்வளவு சின்னப் பிள்ளைத்தனமா இருப்பாயெண்டு நினைக்கேல்ல'

நான் எழவில்லை. எனது கால்கள் உயிரற்று நடுங்கியவாறு இருந்தன. அவரது அந்தப் பார்வை எனது கண் முன்னால் தோன்றிக் கொண்டேயிருந்த தோடுநான் வேட்டுப்பட்டது போல வலியோடு நெஞ்சைப் பிடித்துக் கொண்டேன்.

கடவுளே, பிரிவால் எவரையும் இந்தளவு வலிக்கச் செய்ய முடியுமா?

செல்வமலர் என்னை உள்ளே இழுத்துச் சென்றாள்.

மாலதி அக்கா என்னருகே வந்த போது, செல்வமலர் எனக்கு அழுகையை நிறுத்தும்படி மீண்டும் மீண்டும் கட்டளையிட்டுக் கொண்டிருந்தாள்.

'இப்படி அழ உனக்கு வெட்கமாயில்ல?' என மாலதியக்கா கோபத்துடன் கேட்பாளென நான் நினைத்தாலும் அவள் அவ்வாறெதுவும் கூறவில்லை.

அதற்குப் பதிலாக அவள் எம்மருகே வந்து நின்று, என்னையே பார்த்துக் கொண்டிருப்பதை கண்ணீர்ப் படலத்தின் மத்தியில் நான் கண்டேன்.

'பரவாயில்ல. அவளை அழ விடு' என ஒருபோதும் கேட்டிராத மிருதுவான குரலில் அவள் செல்வமலரிடம் கூறினாள்.

'இப்படிப்பட்ட சந்தர்ப்பங்கள்ல பொம் பிளையளால இதைத்தானே செய்ய முடியும்'

அப்போதிலிருந்து சில தினங்கள் எவ்வாறு கடந்து சென்றன என உண்மையிலேயே எனக்கு நினைவில்லை. கனவுகளிடையே நான் அவரது கண்களிரண்டையும் மாத்திரம் கண்டேன். நெஞ்சு வெடிக்குமளவு துயரத்தோடு நான் வாடிக் கொண்டிருக்கையில் அக்கனவுகளினூடு அப்பா என்னருகே வந்து தலையைத் தடவி கண்ணீர் உகுப்பதையும் கண்டேன். கடவுளே, என் அப்பா அருகிலிருந்தால்! அவர் மரணித்த நாளில் வரண்டு போன எனது கண்ணீர் மீண்டும் ஊற்றெடுத்திருந்தது.

சில தினங்களுக்குப் பிறகு கண்ணீர் வரண்டுபோன பெண்ணொருத்தியாக எழுந்து நின்ற எனக்கு போர்க் களம் இலகுவானதாக மாறியது.

முன்னால் வேட்டுச் சத்தங்கள் கேட்கும்போது, அதற்கு ஒரு கணத்துக்குப் பிறகு என்னுடன் கதைத்தவாறு இந்த ஜீவிதத்தைப் பகிர்ந்து கொண்டிருந்த எனது சகாக்கள் மரித்து விழும்போது, அழுவதற்கு என்னிடம் கண்ணீர் மீதமிருக்கவில்லை. அறியாதவோர் போர்க்களத்தில் எனது சகோதரன் இறந்து விட்ட தகவல் கேட்டும் அழுவதற்கு என்னிடம் கண்ணீர் இருக்கவில்லை. என்னை வீட்டுக்கு அழைத்துச் செல்லவென எனது அம்மா என்னைத் தேடி முகாமுக்கு வந்தபோது எனக்கு அவளைப் பார்த்து அழ கண்ணீர் ஊற்றெடுக்கவில்லை.

மென்மையான உள்ளத்தை நான் இழந்திருந்தேன். அவர் அதையும் எடுத்துக் கொண்டுதான் சென்றிருந்தார்.

அதை நான் மிகவும் தெளிவாக உணர்ந்தது ஒருநாள் போர்க்களத்தில் செத்துப் போயிருந்த சிங்கள இராணுவப் படைச் சிப்பாயினது உயிரற்ற உடலைக் கண்டபோதுதான். நான் உடனடியாக நின்று அதைப் பார்த்துக் கொண்டிருந்தேன். அந்தச் சிப்பாயின் முகம் எனது உடன்பிறவா சகோதரனொருவனை நினைவுபடுத்தியது. அவனும், நானும் சிறுவயதில் ஒன்றாக விளையாடப் பழகியிருந்தோம். நான் எனது எதிரியையே பார்த்துக் கொண்டிருந்தேன். இதயத்தின் ஆழத்தில் கடுமையான வலியொன்று தோன்றத் தொடங்கியது. நான் போர்க்களத்தில் மரித்துப் போன எனது சகாக்களின் முகங்கள் பற்றிய ஞாபகங்களால் அவ் வலியை மூடி மறைத்தேன்.

ஆயுதங்களை ஏந்தியவாறு காடு கரைகளைத் தாண்டிச்செல்லும் போது எனக்கு எனது காதலன் நினைவுக்கு வரும் கணங்களும் இல்லாமலில்லை. மஞ்சள்நிற காட்டுப் பூக்களை மிதித்தவாறு

போகும்போது ஒரு நாள் அவர் எனக்கு எழுதியிருந்த கவிதைநினைவுக்கு வந்தது. என் மீது உதித்த காதல், இதயப் புல்வெளியில் பூத்திருக்கும் எழில்மிகுவனச் சோலையென அவர் எழுதியிருந்தார். எனது பூட்ஸ் சப்பாத்துக்களுக்கு அப் பூக்கள் மிதிபட்டுக்கசங்குகையில் நான் அவ் வார்த்தைகளை மறக்க முயற்சித்துக் கொண்டிருந்தேன்.

எனினும் நடுக்காட்டில் குளிரில், மழையில் நனைந்தவாறு, தூரத்தே வெடியோசையை செவிமடுத்தவாறு, நுளம்புகளை அடித்தவாறு கழிந்த இரவு நேரங்களில் அவர் முடிவேயற்று எனது நினைவுக்கு வந்த சந்தர்ப்பங்களும் இருந்தன.

அவ்வாறான ஓர் நாளில் நான் குருதி வடியும் இதயத் தோடிருந்தேன். அவர் தொலைதூர தேசமொன்றில் காதலியொருத்தி யோடு வாழ்ந்து வருவதாக அங்கிருந்து வந்த நலன் விரும்பி யொருவர் மூலமாக அறியக் கிடைத்தது. அக் கணத்தில் அவரது சூடான, மிருதுவான படுக்கையில், அவளை அணைத்தவாறு அவர் படுத்திருக்கும் விதம் எனக்குத் தோன்றியது. அவர் அவளை முத்தமிடும் விதத்தை நான் ஆர்ப்பரிக்கும் மனதோடு பார்த்துக் கொண்டிருந்தேன். ஒருநாள், அவரது உதடுகள் எனது கன்னங்களில் பதிந்திருந்தது நினைவு வந்தது. இப்போது அவர் வேறொருத்தி யோடு படுத்துக் கொண்டிருக்கக் கூடுமென எண்ணுவதே என்னை அடர்ந்த தீக்குள் வைத்துஎரிக்கும் எண்ணமாக இருந்தது.

எனினும், அக் கணத்தில் நான் எங்கிருந்தேன்?

நான் நடுக்காட்டின் மத்தியில், அடைமழையில், குளிரில், வாழும் ஆசையைக் கை விட்டிருந்தேன். துப்பாக்கி ரவையொன்று வந்து எனது இதயத்தைத் துளைத்து நான் செத்துப் போய்விடும் ஆபத்திலிருந்தேன்.

அவர் அவரது காதலியோடு - சிலவேளை பொம்மையைப்போல அழகான, மென்மையான ஒருத்தியாக இருக்கக் கூடுமான காதலியோடு - மிருதுவான போர்வை விரிக்கப்பட்ட படுக்கையில் காதல் சுகத்தை அனுபவித்துக் கொண்டிருக்கும் அக் கணத்தில், பாடுபடுவதாலேயே கரடு முரடாகிப் போன கைகால்களோடு, முரட்டுத்தரையில் தவழ்ந்து கொண்டு நானிருந்தேன். எவ்வளவு அநீதமானது இது?

எனக்கு சுய பச்சாதாபமும், கவலையும் தோன்றியது. எம்மைப் போன்ற பெண்களுக்கு இறுதியில் அனுபவிக்க நேரும் துயரம் இதுதானா?

வேறு பெண்ணோடு படுக்கும் அவருக்கு ஒரு கணத்துக்கேனும் நான் நினைவில் தோன்ற மாட்டேனா என எனக்குத் தோன்றியது. இல்லை. அவ்வாறு நடக்கச் சாத்தியமில்லை.

'மனசில் ஒருத்தி இருக்கும்போதே அவளை மனசின் ஒரு மூலைக்குத் தள்ளிட்டு, இன்னொருத்தியோடு படுக்க ஆம்பிளையளால முடியும். நமக்குத் தான் மனசில ஒருத்தன் இருக்கும்போது, வேறொருத்தன் கை படுவதைக் கூடத் தாங்கிக் கொள்ள முடியாது' என செல்வமலர் ஒரு நாள் என்னிடம் கூறினாள்.

அழகான, வசீகரமான முகத் தோற்றத்தைக் கொண்ட செல்வமலருக்கு செழிப்பான உதடுகள். அவளது கூந்தலை இறுக்கமாகப் பின்னி, உச்சியில் வைத்துக் கட்டியதும் அவளது கூர்மையான விழிகள் நீண்டு, மேலும் அழகு வெளிப்படும். முகத்தைப் பார்த்ததுமே ஏனையவற்றை விடவும் அவளது கண்களே அதிகம் வசீகரிக்கும். சீருடையைக் களைந்து விட்டு சாதாரண ஆடையில் அடர்ந்த கூந்தலை அவிழ்த்து விட்டிருக்கும்போது அவளது அழகு மேலும் அதிகரித்தது. அப்போது, இயக்கத்தில்

இணைவதற்கு முன்பு அவள் எந்தவொரு இளைஞனையும் ஈர்க்கக் கூடிய அழகியொருத்தியாக இருந்திருப்பாள் என்பதில் சந்தேகமில்லை எனத்தோன்றும். வறிய பெண்ணாக இருந்த அவள் பாடசாலைக்குப் போகும் காலத்தில் நடுத்தரக் குடும்பத்து இளைஞன் ஒருவனைக் காதலித்திருந்தாள். எனினும் அக் காதலன் அவளைக் கைவிட்டு விட்டு வேறொருத்தியைத் திருமணம் செய்திருந்தான்.

'கடைசியா அவனைச் சந்திச்ச நாளில் கூட என்னைத் தவிர வேறொருத்தியைத் திரும்பிப் பார்க்கக் கூடத் தோன்றுதில்லையெண்டு என்னட்டசொன்னவன்' என செல்வமலர் ஒருநாள் தாழ்ந்த குரலில் என்னிடம் அந்தக் கதையைக் கூறத் தொடங்கினாள்.

'ஆனா ரெண்டு மாசம் போகேல்ல. அவன், அம்மா அப்பா சொன்ன பெட்டையைக் கல்யாணம் கட்டிக் கொண்டு நாட்டை விட்டே போயிட்டான். இப்பபிள்ளையளும் இருக்கும்' எனக் கூறி பெருமூச்சு விட்டவள் தொடர்ந்தாள்.

'அவனோட கல்யாண நாள்ல நான் விடியும் வரைக்கும் முழிச்சுக் கிடந்து அழுது தீர்த்தேன். அவன் இன்னொருத்தியோடு எப்படித் தேனிலவைக் கொண்டாடுவானெண்டு என்னால நினைச்சுக் கூடப் பார்க்க முடியல.நம்மால முடியேல்லை எண்டாலும் அவங்களால முடியுமடி' என்று கவலை நிறைந்த தொனியில் கூறியவாறே கண்ணீர் வடித்தாள்.

அக் காலத்தில் இயக்கத்திலிருந்த கம்பீரமான இளைஞ னொருவனின் பார்வையும் அவள் மீது படிந்து கொண்டிருப்பதை நான் அறிந்திருந்தேன். எனினும் எனது சிநேகிதிக்கு அதைக் குறித்து எந்த ஈடுபாடும் இருக்கவில்லை.

'வேறொருத்தனைக் காதலிக்கமுடியாதப்பா... ஒருக்காலும் முடியாது. அவன் போனதுக்குப் பிறகு மனசு அப்படியே கல்லாகிப் போச்சுது. இயக்கத்தில சேரும்போது நான் ஒரு பறவையைப் போல

சுதந்திரமா இருந்தவள். காதல் எண்டால் அது ஒரு பெரிய துயரம். அதிலேருந்து விடுதலையான பிறகுதான் அதுவரைக்கும் அனுபவிச்சுக் கொண்டிருந்தது மிகப் பெரிய துயரத்தை என்பது விளங்கிச்சுது. கொஞ்சம் யோசிச்சுப்பார். சில வேளை நான் அவனுடன் போயிருந்தா இண்டைக்கு ஒரு யந்திரத்தைப் போல பிள்ளை பெத்துப் போட்டுக் கொண்டு இருந்திருப்பன். இப்ப நான் எவ்வளவு சுதந்திரமா இருக்குறன்? இப்படியே இருந்துட்டு இண்டைக்கு, நாளைக்கே செத்துப் போயிட்டாக் கூடப் பரவாயில்லை' எனக் கூறிய செல்வமலர் கலகலவெனச் சிரித்தாள்.

எனினும் என்னால் அவளளவுக்கு இயல்பாக அவரைப்பற்றிச் சிந்தித்துப் பார்க்க முடியவில்லை.

மேலும் மேலும் அதைப் பற்றி யோசிக்கும்போதுஎனது உடலினுள்ளே தோன்றும் கடுமையான வலி மூளை வரைக்கும் விரவிச் சென்று என்னைத் துன்புறுத்தத்தொடங்கியது.

நானறிந்திராத அப் பெண்ணைக் குறித்த பொறாமையில்எரிந்து கொண்டிருந்தேன். கடவுளே, இவ்வுலகம் இருக்கும் வரைக்கும் வேறெந்தப் பெண்ணுக்கும் இப்படியொரு துயரம் வரக் கூடாது.

அன்று நான் கண்ட அவரது பார்வை எனது நினைவுக்கு வந்தது. அவரது பார்வையிலிருந்த என்னை நம்ப இயலாத தன்மையை உணர்ந்தேன். அவரை அவ்வாறு மனசாட்சியே இல்லாமல் துரத்தியடித்ததும் நானே தானே?

எனினும், அதில் நான் செய்த குற்றமென்ன? அவர் பக்குவப்பட்ட ஆண்மகனொருவனைப் போலல்லாது சிறு பிள்ளை போலத்தானே நடந்து கொண்டார். அவர் சற்று பொறுமையாகக் காத்திருந்திருக்க வேண்டும், இல்லையா?

நானும் கூட, இவையனைத்தையும் கை விட்டுவிட்டு அவருடன் ஓடிப் போய், நல்லதொரு குடும்பத் தலைவியாக பிள்ளை பெற்றெடுத்து, வீட்டு வேலைகளைச் செய்து கொண்டு வாழ்ந்திருக்கலாம். எனினும் இறுதியில் எவ்வளவு தைரியமான பெண்ணும், குடும்பத் தலைவியாக மாறுவதால் நிகழ்வது ஒன்றேதானே? நான் எதிர்பார்த்த வாழ்க்கை அதுவா?

இல்லை. சிறு வயது முதலே எனக்கு அவ்வாறானதொரு பெண்ணாக இருக்க வேண்டிய அவசியம் இருக்கவில்லை. நான் புத்தகங்களில் வாசித்திருந்த சுதந்திரமான பெண்களைப் போல வாழ கனவு கண்டு கொண்டிருந்தவள். காலையிலிருந்து இரவு வரைக்கும் சமையலறையில் வெந்து கொண்டு உணவு சமைப்பதுவும், இரவில் கணவனின் உடற் தேவைகளைப் பூர்த்தி செய்து கொடுப்பதுவும் தான் வாழ்க்கை என ஏற்றுக் கொண்ட பெண் ஜீவிதத்தை நான் வெறுத்தேன். தலைக்கு மேலால் நீல ஆகாயத்தில் சஞ்சரிக்கும் பட்சிகளைப் பார்த்தவாறு அவை போல சுதந்திரமாகப் பறக்க விரும்பினேன். சிறு வயதிலிருந்து எனது கனவாக இருந்தது விடுதலை தான். நான் அதைத் தேடியவாறு, அதை வென்றெடுக்கப் போராடியவாறு கிடந்தவள். வளர்ந்தவளாகும்போது விடுதலை என்பதற்கான தெளிவான அர்த்தம் எனக்குக் கிடைத்தது. அதற்காக எனது முதல் காதலைக் கூடத் தியாகம் செய்தேன். மனம் துயரத்தால் கனத்திருந்த போதும் என்னால் அத் தியாகத்தைச் செய்ய முடிந்தது. எவருக்கும் நான் செய்தது தவறெனக்கூறலாம். அதற்குப் பரவாயில்லை. இன்றும் கூட என்னால் அத் தீர்மானம் குறித்து வாதிட முடியும்.

எப்போதாவது ஓய்வு கிடைக்கும் நாளின் இரவில், எனது தலைக்கு மேலால் விரிந்திருக்கும் ஆகாயத்தைப் பார்த்திருப்பது எனக்குப் பிடித்தமானது. நானொரு சிட்டெறும்பாக என்னை உணரும் அக் கணத்தை நான் விரும்பினேன். கருத்த ஆகாயத்தில் நட்சத்திரக் கூட்டம்

தோன்றும் போது அதில் அருந்ததி நட்சத்திரம் எங்கேயிருக்கிறதெனத் தேடுவதை விருப்பத்தோடு செய்தேன். பெருங்கரடிக் கூட்டத்தைச் சேர்ந்த மங்கலான வெளிச்சத்துடன் கூடிய அருந்ததி நட்சத்திரத்தைத் தேடிக் கண்டுபிடிப்பது சிரமமானது. எனினும் நாங்கள் சந்தித்துக் கொண்ட ஓரிரவில் அவருக்கு அதைச் சுட்டிக் காட்டியது நான்தான். அவர் அதைப் பார்த்துக் கொண்டிருந்தபோது அவரது தோள் மீது தலை சாய்த்து ஆகாயத்தைப் பார்த்துக் கொண்டிருந்தேன். அவரது ஸ்பரிசத்தால் பூரித்திருந்த மேனியோடும், மனதோடும் இருளின் மத்தியில் ஆயிரக் கணக்கான நட்சத்திரங்கள் பூத்திருப்பதாகத் தென்பட்டது. அன்று, தாலி கட்டப்படாமலேயே நான் அவரது மனைவியாகியிருந்தேன். அவ்வேளையில், அக் கணத்தில் உறைந்திருந்து எப்போதுமே அவருடையவளாக வேண்டுமென, எனது சிறுபிள்ளைத்தனமான மனதுக்கு எவ்வளவு தேவையாக இருந்தது!

நாங்கள் ஒன்றாகக் கழித்த அவ்வாறான காதல் கணங்கள் பற்றிய ஞாபகங்களைப் பூட்டி வைத்திருக்கும் சங்கிலியைச் சற்று இலேசாக்கியதும் அவை உடனடியாக வெளியே குதித்து எனது மனதை குழப்பத்தால் மூழ்கடித்தன.

ஒருவிதத்தில் காதலின் சுகத்தையே வாழ்க்கையில் ஒருபோதும் அனுபவிக்காது மரித்து விட நியமிக்கப்பட்டிருந்த எனக்கு, அப் பாக்கியத்தை அளித்தது அவர்தான். அதைப் பற்றி யோசித்துப் பார்க்கும்போது இப்போது மரித்துப் போகக்கூட எனக்குப் பயமில்லை. நான் செத்துப் போவது, சொற்ப காலமேனும் ஆணொருவனின் பரிபூரணமான காதலை அனுபவித்த பரிபூரணமான பெண்ணொருத்தியாகத்தான்.

துப்பாக்கியை நெஞ்சோடு அணைத்துக் கொண்ட நான் மேலே, இருண்ட ஆகாயத்தின் நட்சத்திரங்களிடையே சஞ்சரித்தேன். இவ்வுலகத்தை விட்டுச்செல்லும் நாளில் எல்லையற்ற வானத்தில் இணைந்து மேலுமொரு அருந்ததி நட்சத்திரமாக நானிருக்கக்கூடும்.

அவர் இந்த உலகத்தில் எவ்விடத்திலோ இருந்து என்னைப் பார்த்துக் கொண்டிருக்கக் கூடும்.

எனது காதலின் தூய்மையை அவர் முழுமையாகப்புரிந்து கொள்வது அன்று தான்.

மனுஷா பிரபானி திஸாநாயக்க

பெண்கள் எவரும் எழுதத் தயங்கும் மானிடர்களின், குறிப்பாக பெண்களின் அக உணர்வுகளையும், மனநிலைகளையும் குறித்து சிங்கள மொழியில் எழுதிவரும் பெண் எழுத்தாளர் மனுஷா பிரபானி திஸாநாயக்க. இவர் இலங்கையில் ஒரு விளம்பர நிறுவனத்தில் கலை இயக்குனராகவும், விளம்பரங்களை எழுதுபவராகவும் பணி புரிந்து வருகிறார். சிறந்த இயற்கைப் புகைப்படக் கலைஞரான இவர், வாசகர்களிடத்தில் சிறந்த ஒரு சிறுகதை எழுத்தாளராகவும் அறியப்பட்டிருக்கிறார்.

பின் தொடர்தல்

மனுஷா பிரபானி திஸாநாயக

ஹ்ம்ம்... இந்தளவு கவலையை இவ்வளவு கால வாழ்க்கையில் உணர்ந்ததே இல்லை. ஏன் அவன் என்னைப் பார்ப்பதில்லை? சாதாரணமாக ஒரு ஆடவனின் இதயத்தை வென்றெடுக்க இவ்வளவு நேரம் எடுப்பதில்லையே. அதிகம் போனால் முப்பது விநாடிகள். தொலைக்காட்சியில் மனதைக் கவரும் விளம்பரங்கள் கூட முப்பது விநாடிகளுக்காகத்தானே.

எடுக்கப்படுகின்றன. என்னால் மாத்திரம் ஏன் இயலவில்லை? இளம்பெண்ணொருத்தி பார்த்துக் கொண்டேயிருக்கிறாள் என உணர்ந்தால் அதன் பிறகு பையனும் விடமாட்டான் என்பது அவ்வளவு பெரிய விடயமொன்றல்ல. என்றாலும் நான் பேரழகியொருத்தியல்ல என்பதனால் முப்பது நொடிகளில் ஒருவனை ஈர்த்தெடுக்க முடியுமென எண்ணுமளவுக்கு புத்தி பேதலித்திருக்கவும் முடியாது. ம்ம்... முப்பது நொடிகளிலிருந்து ஐந்து தினங்கள்

வரைக்குமென சந்தர்ப்பத்துக்கேற்ப வசனத்தை மாற்றிக் கொள்வ தென்றால் செய்ய முடியும்.

என்ன ஐந்து தினங்கள்? இப்பொழுது ஒரு மாதமும் கடந்துவிட்டது. ஏன் அவன் அதை உணரக் கூட இல்லை? நான் இங்கே. அவன் அங்கே. அது பரவாயில்லை. குறைந்தபட்சம் ஒரு பார்வையேனும் பார்த்தானானால் பரவாயில்லை. நாங்கள் தினமும் ஒரே புகையிரதத்தில், ஒரே பெட்டியில் ஒன்றுக்கொன்று சமாந்தரமாக இணைக்கப்பட்டிருக்கும் நீல நிற இருக்கைகள் இரண்டில் எதிரெதிரே அமர்ந்து பயணிக்கிறோம். கொழும்பு, கோட்டை ரயில் நிலையத்தில் கூட்டம் இறங்கியதும் தான் அவ்வாறு அமர்ந்து செல்லவும் இடம் கிடைக்கும். அதற்குப் பிறகு தான் அவனை எனக்கு தெளிவாகக் காணக் கிடைக்கும்.

பின்னர் அரசாங்க அலுவலகத்தையும், கொம்பனித் தெருவையும் கடக்கும்வரை அவன் முன்னே ஒரே இலக்கில் தனது கவனத்தைக் குவித்தவாறு அமர்ந்திருப்பான். அக் குவிய மையத்தில் என்ன அகப்படுமோ தெரியாது. அவன் மனிதர்களை கூர்ந்து கவனிப்பவனாகவும் இல்லை. எனினும் கொம்பனித் தெரு கடந்து, கொள்ளுப்பிட்டியை நெருங்கும்போது அவன் எப்போதுமே நீல நிற இருக்கையின் மூலைக்கே சென்றமர்ந்து கடலைப் பார்த்துக் கொண்டிருக்கத் தொடங்குவான். கடலை மாத்திரம் மிகவும் உற்றுப் பார்த்துக் கொண்டிருப்பது தெளிவாகத் தென்படும். என்னால் கடலாக முடியாதே. எனினும், என்னால் மெல்லிய தென்றலாக முடியும். அதன் பிறகு அவன் திரும்பவும் எனக்குத் தென்படுவது பம்பலபிடியவில் நான் இறங்கிச் செல்லும்போதுதான். எனினும் அந் நேரத்தில் நான் அவனைப் பார்ப்பதில்லை. நேராகப் பார்த்தவாறு நடப்பேன். ஆயினும் கண்கள் அவன் அமர்ந்திருக்கும் மூலையைக் கவனிக்கும்.

அதை அவன் அறிய மாட்டான். அவன் வெள்ளவத்தையிலோ, தெஹிவளையிலோ இறங்கக் கூடும்.

என்னிடம் ஒரு இளைஞனின் மனதைக் கொள்ளையடிக்கவென எந்தத் திறமையும் இல்லை. அது இப்பொழுது உறுதிப்படுத்தப் பட்டிருக்கிறது. மிகவும் கீழ்த்தரமான நிலையிது. நான் அந்தளவு வெறுக்கத்தக்கவளா? வெறுப்பு என்பது என்ன? புறந் தள்ளுவதா? விருப்பு அற்றிருப்பதுவா? இரண்டுமே ஒன்று தான் எனக்கு. நான் ஒதுக்கப்பட வேண்டியவளெனில், அவன் இந் நேரம் ரயில் பெட்டியில், தான் அமரும் இடத்தினை மாற்றிக் கொண்டிருப்பான். அவன் இன்னும் எனக்கு பழக்கப்படவில்லை. அதனால் வெறுப்பேதுமில்லை என எண்ணி மனதை சமாதானப்படுத்திக் கொள்ள முடியும். எனினும் விருப்பு என்ற ஒன்று சத்தியமாக இல்லை. எவ்வித இரசாயன மாற்றங்களும் கூட எம்மிடையே நிகழவில்லை. எமக்கிடையில் இல்லையென்ற போதும், என்னிடம் நிகழ்கிறது. சிலவேளை அவன் என்னைப் போன்ற ஒருத்தியை அவதானிப்பது கூட இல்லாமலிருக்கும்.

நிஜமாகவே எனக்கு பைத்தியம் பிடித்துக் கொண்டிருக்கிறதா? நான் எந்த மாதிரியான ஒரு பெண்? நிஜமாக சொல்லப் போனால் எனக்கு இம் மாதிரியான ஆண்களைப் பிடிப்பதில்லை. அழகானவர்களை நான் விரும்புவதில்லை. அழகன்கள் மிக மோசமானவர்கள். அநேகமான பெண்களும் அவர்களையே நெருங்குவதாலும், நெருங்கும் அனைவரிடமிருந்தும் அவர்களுக்குத் தேவையானவற்றைப் பெற்றுக் கொள்வதாலும் அழகன்கள் மிக மோசமானவர்கள். எனினும் நான் அப்படிப்பட்டவளில்லை. இவன் என் இனத்தைச் சேர்ந்தவனல்ல என்ற நம்பிக்கை எனக்கு இருக்கிறது. எனக்கு ஏதோ நடந்திருக்கிறது. எனக்கு எப்படியாவது இவனுடன் கதைக்க வேண்டும் போலத் தோன்றுகிறது. காதலிக்கவல்ல,

நண்பர்களாகப் பழக முடிந்தால் நன்றாக இருக்கும் எனத் தோன்றுகிறது.

எந்தளவு பொருத்தமற்றதாக இருக்கிறது? வருடக்கணக்காக அறிந்திருக்கிறேன் என எண்ணிக் கொண்டிருக்கும் நான் என்பவள், இதன்பிறகு நான் அறியாத ஒருத்தியாக மாறிக் கொண்டு வருகிறேன். நிஜமாகவே எனக்குத் தேவையானது என்ன? அவனது பார்வையா, அவதானமா? இல்லாவிட்டால் அவற்றுக்கு மேலதிகமாக வேறேதுமா? நான் நானாகாது வேறொருவர் ஆகுவதா எனக்குத் தேவையாக இருக்கிறது? அப்படித் தான் இருக்கக் கூடும். இல்லையில்லை. அவை எவையுமல்ல. இது ஒரு திடீர் அனர்த்தம். வெறுமனே, மிகவும் இயல்பாக ஒரு இளம் பெண்ணுக்கு, ஒரு பையன் மீது ஒரு ஈர்ப்பு உருவாகியிருக்கிறது. பையனுக்கு எதுவுமே தெரியாது. குறிப்பிட்டுச் சொல்வதானால் தோல்வியுற்ற முதல் காதலில் நிகழ்ந்ததுவும் இவ்வாறேதான் ஒரு தலையாக.

பொதுவாக பையன்கள் தானே பெண்கள் பின்னால் போவார்கள். எவ்வாறாயினும் தாம் மிகவும் விரும்பும் பையன்களை தம் பின்னால் அலைய வைக்க பெண்களுக்குத் தெரியும். எனினும் நான் அவ்வாறில்லை. என் பின்னால் அலைபவர்களை எனக்குப் பிடிப்பதில்லை. பின்னால் வர வைக்கவும் விருப்பம் இல்லை. முன்னால் செல்பவர்களைத் தான் எனக்குப் பிடிக்கும். அதாவது கட்டாயமாக நான் பின்னாலேயே செல்ல வேண்டும் என்பது தானே அதன் அர்த்தம். இது மிகவும் கேவலமானது. எனினும் எனக்கு சுவாரஸ்யமானது. பெண்களுக்கு இவ்வாறெல்லாம் தோன்றுமா என்பது கூட ஆண்களுக்கு தெரியாமலிருக்கக் கூடும். காரணம், பெண்கள் ஆண்களின் பின்னால் அலைவது, ஆண்கள் பெண்களின் பின்னால் அலையும் விதத்தில் அல்லவே. அது வேறு விதம்.

நான் எப்போதும் அவனையே பார்த்துக் கொண்டிருந்தேன். எனினும் அவன் கண்டுவிடாமல் அதைச் செய்தேன். நான் எப்போதும் அவனையே கவனித்துக் கொண்டிருந்தேன். எனினும் அவன் உணராமல் அதைச் செய்தேன். எவ்வாறாயினும் இப்படி மறைவாகச் செய்வதென்பது சம்பந்தப்பட்டவருக்கு தொழுநோயைப் போலவும், எனக்கு வைக்கோலைப் போலவுமே இருக்கும். எவ்விதச் சுவையுமிருக்காது. பாடசாலைக் காலத்தில் முதல் காதல் தோல்வியுற்றது. தொடர்ந்து கல்வி கற்பதை நிறுத்தினேன். தோல்வியுற்றதன் காயம் இப்போது குணமடைந்துவிட்டதால் நான் மீண்டும் கொஞ்சம் பாடம் படிக்க முயற்சித்துக் கொண்டிருக்கிறேன். எனது பழைய தோல்வி திரும்பத் திரும்ப நினைவில் தோன்றி என்னை அச்சுறுத்திக் கொண்டேயிருந்ததால் நான் ஒரு அடியை முன்னால் எடுத்து வைத்தேன். அதற்கும் கூட ஒரு மாதம் எடுத்தது.

ஒரு மாதத்திற்குப் பிறகு அவனை முகத்துக்கு நேராகப் பார்ப்பதை நான் செய்தேன். ஒப்பனைகளெவையும் இடப்படாத எனது வெற்றுக் கண்களால் மிகத் தூய்மையான நீரோட்டத்தைப் போன்ற பார்வையால் நான் அவனைப் பார்த்தேன். எனினும் அந்த மிகத் தூய்மையான நீரோட்டமானது எனது ஆழ்மனதினுள்ளிருந்து 'தயவு செய்து என்னைப் பார்' என்ற மந்திரத்தோடுதான் ஊற்றெடுத்திருந்தது. கடவுளின் புண்ணியத்தில் நூற்றியெட்டு தடவைகள் மந்திரிக்கத் தேவைப்படவில்லை. அவனும் பார்த்தான். பார்த்துக் கொண்டேயிருந்தான். நான் ஐந்து விநாடிகள் போல பார்த்துக் கொண்டிருந்துவிட்டு பார்வையை வேறுபுறம் திருப்பிக் கொண்டேன். சரியாக அவன் பார்வையைத் திருப்பிக் கொள்ளும் கணநேரத்துக்கு முன்பு. நான் புன்னகைக்கவும் இல்லை. ஜாடை செய்யவுமில்லை. வெறுமனே பார்த்திருந்தேன். எனினும் ரயிலிலிருந்து இறங்கிச் செல்லும்போது மீண்டும் அவனைத் திரும்பிப்

பார்க்காதிருக்கும் அளவுக்கு நான் கர்வம் கொண்டிருந்தேன். எனினும் அவன், நான் இறங்கிச் செல்வதைப் பார்த்துக் கொண்டேயிருப்பது கள்ளப் பார்வைக்குத் தென்படுகிறது. அடடா அது கூட எவ்வளவு மகிழ்ச்சியைத் தருகிறது!

தூய நீரோடையில் நான் மந்திரங்களை அதிகரிக்கத் தொடங்கினேன். இப்போதெல்லாம் ரயிலிலிருந்து இறங்கிச் செல்லும் போதும் நீரோடையிலிருந்து ஒரு துளியைத் தெளித்துவிடும் அளவுக்கு நான் அச்சமற்றவள் அல்லது நாணமற்றவள் ஆகியிருந்தேன். ஒரு கிழமைக்குப் பிறகு, இதன் பிறகும் தூய நீரோடை மாத்திரமே போதுமானதல்ல என்பது எனக்குப் புரிந்தது. பெரும் பாறை விலாங்கு மீன் அவன். பாறைக் குணமும், விலாங்குக் குணமும் ஒன்றாகப் பிணைந்தவன். ஒன்றோ பாறையாக மட்டும் இருக்க வேண்டும். இல்லாவிட்டால் விலங்காக மட்டும் இருக்க வேண்டும். எனது பார்வையை தனது பார்வையால் சந்திக்கிறான்தான். என்றாலும் அவனால் ஏன் புன்னகைக்க முடியாது? அதையும் நானேதான் செய்ய வேண்டுமா என்ன? இவன் எதையும் நான் செய்த பிறகுதான் செய்வானா? சிலவேளை இவன் என்னைக் குறித்து மனதுக்குள்ளால் சிரித்துக் கொண்டிருக்கக்கூடும். நானும் கூட ஒரு வெட்கம் கெட்டவள். எவரேனும் நான் இங்கு செய்யும் காரியத்தைக் குறித்து அறிந்தால் எனது பெற்றோருக்கு இருக்கும் மதிப்பும், கௌரவமும் கூட இல்லாமல் போய் விடும். ஏன் நான் எனது பின்னால் அலைபவர்களில் ஒருவனைத் தேர்ந்தெடுக்காது என்னைப் பார்த்து புன்னகைக்கக்கூடத் தெரியாத ஒருவனின் பின்னால் அலைந்து கொண்டிருக்கிறேன்? போதாததற்கு அவன் பின்னால் அலைவதாகக் காட்டிக் கொள்ளக் கூட நான் விரும்பவில்லை.

யாசிப்பவர்களை விட, யாசிக்காதிருப்பவர்களுக்குக் கொடுப்பதால் கூடுதலாகப் புண்ணியம் கிடைக்கும் என அம்மா

சொல்லியிருக்கிறாள். இச்சைக்காரர்களென அவர்களைச் சொல்வார்கள். வாய் திறந்து யாசிக்க மாட்டார்கள். ஆனால் உள்ளே இரத்தம், எலும்பு, சதை, நரம்பு என அனைத்தையும் திறந்து யாசகத்தை எதிர்பார்த்துக் கொண்டிருப்பார்கள். ஆமாம், நானும் ஒரு இச்சைக்காரி ஆகிவிட்டேன். எனினும் சம்பந்தப்பட்டவன் எந்தவொரு இனத்துக்கோ, வகைக்குமோ உரித்தானவன் அல்ல. கேட்டால் கிடைக்குமா என சிந்திக்க மாட்டாதவன். எனக்கு கொஞ்சம் வெட்கமில்லை தான் என்றாலும் முழுமையாக நாணமில்லாதிருக்க வழியில்லை. இங்கு நான் எதிர்பார்ப்பது பெரிய விடயமேதுமில்லை. நல்லதொரு பார்வை மாத்திரமே. ஈரக் கனிவு நிறைந்த ஒரு பார்வை. அந்தப் பார்வையோடு சேர்த்து பூரித்த ஒரு புன்னகை அல்லது புன்னகையால் நனைந்த ஓரிரு வசனங்கள். இங்கிருப்பவை விடாமுயற்சியும் அணையாத எதிர்பார்ப்பும். சிநேகத்துக்கு நெருக்கமான ஏதோவொரு விடயம். காரணமேதுமில்லாமல் தளிரொன்று துளிர்க்காதே... சிலவேளை இவனுக்கு என்னை விடவும் தர்மங்கள் தெரிந்திருக்கக் கூடும். அதனால்தான் ஒரு காரணத்தைத் தரத் தோன்றவில்லை. ஹ்ம்ம்...

அடுத்தடுத்து இரண்டு மாதங்கள் மிகச் சிரமப்பட்டு கழிந்தன. அடுத்த அடியையும் எடுத்து வைக்கிறேன். தூய நீரோடையில் நான் திரும்பவும் மெல்லிய புன்னகையொன்றைச் சேர்த்து புதிதாக உயிர் கொடுக்கிறேன். முகத்துக்கு முகம் பார்த்து அமர்ந்திருக்கும் போதன்றி, ரயிலிலிருந்து இறங்கிச் செல்லும்போதே விடைபெறுதலுக்கான முதல் புன்னகையை நான் முன்வைத்தேன். எனது இருதயம் துடிக்கும் ஓசையை எனது முழு உடலுமே உணர்ந்தது. எனினும் அவ் வெற்றி சந்தர்ப்பத்துக்கான பதிலை நான் காணவில்லை. ரயில் மிக வேகமாகச் சென்றதுவே காரணம். சிலவேளை எனது இதயத்திலிருந்த கலவரத்தின் காரணமாக எனக்கு விளங்கவில்லையோ என்னவோ?

திரும்பவும் மறுநாள் காலை வரை என்னால் பொறுமையாக இருக்க முடியவில்லை.

இரண்டாம் மாதத்தின் இரண்டாம் நாள். மிகவும் அமைதியற்றிருந்த நான், கொழும்பு கோட்டை புகையிரத நிலையத்தில் வைத்து ரயிலில் ஏறி அமர்ந்ததும், பையிலிருந்து புத்தகமொன்றை வெளியிலெடுத்தேன். புத்தகத்தின் நடுப்பக்கத்தைப் பிரித்து பொய்யாக வாசிக்கத் தொடங்கினேன். அவன் என்னையே இப்போது பார்த்துக் கொண்டிருக்கக் கூடும் என்ற எண்ணமே என்னில் நிறைந்திருந்தது. தலை புத்தகத்திலேயே மூழ்கிப் போயிருந்ததால் எனக்கு புறச் சூழலோ, அவன் இருக்கும் இடமோ சரியாகத் தென்படவில்லை. நேற்று புன்னகைத்தேன்தான். எனினும் இப்பொழுது எனக்கு திரும்பத் திரும்ப அவனைப் பார்த்து புன்னகைக்க வெட்கம் தோன்றியது. அந்த அசௌகரியத்தைத் தவிர்க்கவே நான் புத்தகத்தை வெளியே எடுத்தேன். எனக்கிருப்பதுவும் இலேசில் தெளிந்துவிடக் கூடிய சிறியதொரு பைத்தியமல்ல. நல்ல நேரம், யாருக்கும் எனது இதயம் தென்படுவதில்லை.

இறங்கிச் செல்லும்போது நிச்சயமாக மூலையில் அவன் வழமை போலவே அமர்ந்திருப்பான் என நான் எதிர்பார்த்தேன். எனினும் நான் பம்பலபிடியில் இறங்கிச் செல்லத் தயாராகி பார்த்தபோது, அவன் வழமையாக அமரும் இருக்கையில் அமர்ந்திருந்தது வேறொருவர். அவன் இல்லை! அவன் இன்று வந்திருக்கவில்லை!? மேலே துள்ளித் துள்ளி அடித்துக் கொண்டிருந்த எனது இருதயம் கீழே விழுந்து தூள்தூளானது. அதன் துகள்கள் மீண்டும் கடற்காற்றில் பட்டு எனது கண்களிலும் விழுந்தனவோ என்னவோ, கண்கள் எரிந்தன.

ஏன்? ஏன்?? ஏன்??? ஏன் எனக்கு இப்படி நடக்கிறது?

அதன்பிறகு தொடர்ச்சியாக அவன் வரவில்லை. ஏழு தினங்கள் கடந்ததன் பிறகு தூய நீரோடை தேங்கியது. அழுக்கடைந்தது. காதலொன்று இல்லாமலே விரக வேதனையை உணர்வது எவ்வாறு? எனக்கு அப்படித்தான் ஆனது. கொஞ்சம் கூட நாணமற்று ஆண்களின் பின்னால் அலைந்தும் யாருமே என்னை விரும்பவில்லை. கொஞ்ச காலம் பார்க்காமல் பார்த்தேன். பின்னர் பார்க்கவே பார்த்தேன். அடுத்த மாதம் புன்னகைக்க ஆரம்பித்ததுமே அவன் காணாமல் போய்விட்டான். எனது புன்னகை அழகற்றதாக இருந்திருக்கக் கூடும். எவ்வாறாயினும் நான் பேரழகி இல்லையே. அவனுக்கு அழகியொருத்தி காதலியாக இருக்கக் கூடும். ரயிலில் பயணிக்காத, கார் ஒன்றை சொந்தமாக வைத்திருக்கும் செல்வந்தப் பெண்ணொருத்தியாக அவள் இருக்கக் கூடும். நான் நாட்டுப்புறக்காரிதானே. அவனைப் பார்த்ததுபோல இன்னும் எத்தனை ஆயிரம் பேரை இவள் பார்த்திருக்கக் கூடும் என அவனுக்குத் தோன்றியிருக்கவும் கூடும். இதை விடவும் வேறு அவமானமொன்று இருக்கிறதா என்ன? நான் நானேயானால், மறுவினையாக என்னைக் குறித்து வெட்கப்படவும் வேண்டியிருக்கிறது. மிகவும் அசாதாரணமானது இது.

நான் அந்த ரயிலில் திரும்பவும் ஏறவில்லை. கேடுகெட்ட ரயில். நான் காலை நேரத்தில் வேறொன்றில் செல்லத் தொடங்கினேன். வண்ணங்கள் நிறைந்த ஆடைகளை அணிந்து வந்தவள் அவற்றைக் கைவிட்டு வெளிறிய நிறம், சாம்பல் நிறம், கபில நிறம் போன்ற பாழ் நிற ஆடைகளை அணிந்து எனது இதயத்திலிருந்த மரண ஊர்வலத்துக்கு ஆழ்ந்த துயரங்களை நானே தெரிவித்துக் கொண்டேன். மனிதர்களிடமிருந்து நான் ஒளிந்து கொள்ளத் தொடங்கினேன். மாலை நேரத்தில் நான் செல்லும் ரயிலில் ஒரு மூலையில் அமர்ந்து கொண்டேன். ஜன்னல் வழியே வெளியே

பார்த்துக் கொண்டே பயணித்தேன். எனக்கு இனிமேலும் மனிதர்கள் யாருமே தேவையில்லை. எனக்கு எவரையும் பார்க்கக் கூடத் தேவையில்லை. இரண்டு மாத முயற்சி வெறுமனே தண்ணீரில் கரைந்ததைக் குறித்து நான் மேலும் ஒரு மாதமாக ஒரு நாளைக்கு ஒரு தடவையேனும் காலைவேளைகளில் கண்ணீர் உகுத்தேன். அதிகமாக அழுதேனென்று விதியின் இருப்பிடம் மாறு மெனக்கூற முடியாதே.

ஒரு நாள் மாலை நேரம் நான் இறங்கும் நிலையமருகே இறங்கத் தயாராகி எழுந்து நிற்கும்போது நான் நெருக்கமாகக் கண்ட ஒரு உருவத்தினால் அதிர்ச்சியுற்றேன். அவன் என்னருகே அமர்ந்திருந்தான். இவ்வளவு நேரமாக அவன் என் அருகிலேயே அமர்ந்து பயணித்திருக்கிறான். கடவுளே... கடைசியில் விதியின் இருக்கை இடம் மாறியிருக்கிறது. பெண்களால் விதியின் இருப்பிடத்தையும் இடம் மாற்ற முடியுமெனக் கற்றது பொய்யில்லை. எனது கால்களிரண்டும் உணர்விழந்தது போலத் தோன்றி மீண்டும் அதே ஆசனத்திலேயே அமர்ந்து கொள்ள நேர்ந்தது. அவன் கண்களால் புன்னகைக்கிறான். அவனது மொத்த வதனமுமே புன்னகைக்கிறது. அவனால் கதைக்கக் கூட முடிகிறது.

''ஏன் இப்போ காலைல வர்றதில்ல?''

''.......................''

''நான் அலுவலக விஷயமா ஒரு பயணம் போயிருந்தேன். போய்ட்டு வந்து பார்த்தா நீங்க இல்ல. எப்படியும் அந்தி நேரத்துல நீங்க இந்த ரயிலிலதான் போவீங்கன்னு தீர்மானிச்சேன். ரொம்ப நாளா பார்த்துட்டிருந்தேன்... நீங்க பம்பலபிடி ஸ்டேஷன்ல நின்னுட்டிருக்கிறதைக் கண்டேன். நீங்க தனியா ஓரோரு பெட்டியில ஏறுறதையும் கவனிச்சேன். அதான் இன்னிக்கு வந்து உங்க

பக்கத்துலேயே உட்கார்ந்துட்டேன். ஆனா நீங்க வெளியேயே பார்த்துட்டிருந்ததால கதைக்கணும்னு தோணல... நீங்க என்னைக் காணும் வரைக்கும் காத்துட்டிருந்தேன்...''

என்னிடம் வார்த்தைகளில்லை. நான் அவன் பேசுவதை வெறுமனே கேட்டுக் கொண்டிருந்தேன். எனது முகம் சிவந்திருக்கக் கூடும். இதயம் துடிப்பதைக் கேட்டிருப்பானோ நான் அறியேன். அப்படி, இப்படி நான் இறங்க வேண்டிய வேயங்கொடை புகையிரத நிலையமும் கடந்தது.

''நீங்க இறங்க வேண்டிய இடம் கடந்துடுச்சே? மீரிகமயில் இறங்கி அடுத்த ரயில்ல ஏறி திரும்ப வேயங்கொடைக்கு வருவோம்... இந்த நேரத்துல கொழும்புக்கு வரும் எக்ஸ்பிரஸ் ரயில் ஒண்ணு இருக்கு. ஏன் நீங்க கதைக்குறதில்லை? கண்களால் பேச மட்டுமா தெரியும்? ''

''................''

''உங்க நடவடிக்கைகளை நான் அவதானிச்சிட்டுத்தான் இருந்தேன். நீங்க ரொம்ப பொறுமைசாலி. அப்படியே பிடிவாதக்காரி. வேண்டியது கிடைக்கலேன்னா திரும்பிப் பார்க்க மாட்டீங்க... சரிதானே? என்னோடு சிரிக்க உங்களுக்கு ஒரு மாதம் எடுத்துச்சு. உண்மையைச் சொன்னா உங்க அப்பாவித்தனமான இந்த நடவடிக்கைகளை நான் ரொம்ப ரசிச்சேன். அதான் முதல்ல சிரிக்க முந்திக் கொள்ளல. சொல்லிட்டுப் போக முடியாமப் போனதுக்கு மன்னிக்கணும். நான் திரும்ப வர்றப்போ நீங்க இல்லாததால, உங்க மனசு நொந்திருக்கக் கூடும்னு புரிஞ்சுக்கிட்டேன். தேடி வந்து கதைக்கிற அளவுக்கு நீங்க விஷேசமானவள்னு எனக்கு அப்போ புரிஞ்சிடுச்சு...''

எமக்கு மீரிகமயில் இறங்கிக் கொள்ளத் தேவைப்படவில்லை. ஆகவே பொல்கஹவலை வரை சென்றோம். மிகவும் விந்தையான குணங்கள் அவனிடமிருக்கின்றன. எனக்கு இன்னும் அவனுடன் வேண்டியளவு தூரம் பயணிக்க வேண்டும்.

தக்ஷிலா ஸ்வர்ணமாலி

சமூகம்சார்ந்த விடயங்களை மிகுந்த அவதானிப்புடன் எழுதி வரும் எழுத்தாளரும், கவிஞருமான இவர் பாடசாலையொன்றில் ஒரு பட்டதாரி ஆசிரியையாகக் கடமையாற்றி வருகிறார். மூன்று கவிதைத் தொகுப்புகள், இரண்டு சிறுகதைத் தொகுப்புகள், இரண்டு சிறுவர் இலக்கியப் பிரதிகள், மூன்று சமூக ஆய்வுக்கட்டுரைத் தொகுப்புகள், ஒரு நாவல் என இதுவரையில் பல தொகுப்புக்களை வெளியிட்டுள்ளார்.

பொட்டு

தக்ஷிலா ஸ்வர்ணமாலி

கூரைத் தகரங்களிடையேயிருந்து தண்ணீர் வழிந்து கொண்டிருந்தது. பலகைச் சுவர் முழுவதுமாக ஈரலித்துப் போயிருந்தது. பலகைச் சுவரின் கீழேயிருந்தும் தண்ணீர் அறைக்குள்ளே வந்தது. கட்டிலின் மேலே நான் அமர்ந்திருந்தேன். வாடகைக்குக் கொடுக்கவிருக்கும் பக்கத்து அறையைக் காண்பிக்கவென இன்று மாகரட் அக்கா யாரையும் அழைத்து வருவது சாத்தியமில்லை. மழை அந்தளவு பலமாகப் பெய்து கொண்டிருந்தது.

பக்கத்து அறையில் வாடகைக்கு வசித்த ஹொரவ பொத்தானையைச் சேர்ந்த சகோதரியொருத்தி, அவள் பணிபுரிந்த ஆடைத் தொழிற்சாலை மூடப்பட்டதும் வீட்டுக்குப் போய்விட்டாள். காலியாகிப் போன அறையில் வசிக்கவென, டேனியா அழைத்துக் கொண்டு வந்த குடும்பத்தின் தலைவன் அறை வாடகையை மிகவும்

குறைத்துக் கேட்டதனால், அவனோடு, டேனியாவுக்கும் சேர்த்துத் திட்டி துரத்திவிட நேர்ந்தது எனக்கு. டேனியா அவனை என்னிடம் கூட்டிக் கொண்டு வந்ததற்கும் கூட, அவனிடமிருந்து ஏதாவது ஒரு தொகையை அவள் பெற்றுக் கொண்டிருப்பாள். உண்மையாகவே அக் குடும்பத் தலைவனுக்கு நான் கூறிய அறை வாடகை அதிக சுமையாகத் தெரிந்திருக்கக் கூடும். எனினும் அவனுக்கு அனுதாபம் காட்டப் போனால், விதவையான நான் ஜீவிதத்தைக் கொண்டு செல்வது எவ்வாறு? எவ்வாறாயினும், எனக்கு குடும்பமோ குழந்தைகளோ இல்லாததாலும், நான் கவனித்துக் கொள்ள வேண்டியது என்னை மாத்திரமே என்பதனாலும், அந்த நபரைக் குறித்து கொஞ்சம் சிந்தித்துப் பார்த்திருக்கலாமோ என எனக்குத் தோன்றியது.

மழை ஓசையினிடையே எனக்கு மோட்டார் சைக்கிளொன்றின் சத்தம் கேட்டது. அந்த சத்தம் எனது வீட்டினருகே நின்றது. இப் பெருமழையில் எனது வீட்டுக்கு வரக் கூடிய யாருமில்லை என்பதனால், அது ஸ்டெல்லாவின் வீட்டுக்கு வந்திருக்கக் கூடும்.

''ஸந்தா தங்கச்சி...''

இவ்வளவு சத்தமாக என்னைக் கூப்பிடுவது மாகரட் அக்காதான். நான் வீட்டுக்குள்ளிருந்த தண்ணீரிலிறங்கிச் சென்று கதவைத் திறந்தேன். காத்திருந்தது போல மழையின் மீதிச் சாரலும் வாசலினூடாக வீட்டுக்குள் நுழைந்தது. மாகரட் அக்கா சேம்பிலை மடலொன்றைப் பிடித்தவாறு வாசலருகே நின்றுகொண்டிருந்தாள். அப்பெருமழைக்கு சேம்பிலை மடல் ஈடுகொடுக்கவில்லை. மோட்டார் சைக்கிள்காரர் மாகரட் அக்காவின் பின்னால் நின்று கொண்டிருந்தார்.

''இந்தத் தம்பி அறையொண்ணு வாடகைக்குத் தேடுறார் தங்கச்சி...

நான் உன்னோட அறையைக் காண்பிக்கக் கூட்டிட்டுவந்தேன்... நீ சொல்ற வாடகைக்கு தங்கிப்பார்... இன்னிக்கே குடியிருக்க தயாராத்தான் வந்திருக்கார்.''

மோட்டார் சைக்கிள்காரரின் ஒரு கையில் ஹெல்மட்டும், மறு கையில் சற்று பெரிய பையொன்றும் இருந்தது. அவர் மழையில் நன்றாக நனைந்து போயிருந்தார். அவரிடம் ஒரு சேம்பிலை மடல் கூட இருக்கவில்லை. மாகரட் அக்காவென்றால், டேனியாவைப் போல கண்ட கண்ட அழுக்குகளைச் சுமந்து வருவதில்லை. ஹொரவ பொத்தானை சகோதரியைக் கூட்டிக் கொண்டு வந்து விட்டதுவும் மாகரட் அக்காதான். அவள் போகும்போது கொழும்புச் சீமாட்டி போலப் போனாலும், வரும்போது கிராமத்தவள் போல வந்தவள்.

''ஐயா நனையுறீங்க... வீட்டுக்குள்ளே வந்து கதைப்போம்''

அவர் நீளக் காற்சட்டையும், நீண்ட கைகளையுடைய சட்டையும், சப்பாத்துக்களும் அணிந்திருந்ததனால் நான் அவரை 'ஐயா' என்று அழைத்தேன். அவரை வீட்டினுள்ளே அழைத்தபோதும், வெளியே விடவும் வீட்டினுள்ளே அதிகமாக நனைவதை அவர் கண்டுகொண்டார்.

''வாடகைக்குக் கொடுக்க இருக்குற அறைக்கு நாங்க நேராப் போவோம் தங்கச்சி'' வந்தவர் கூறினார். மாகரட் அக்கா முன்னே நடந்தாள். வாடகை அறை எனது வீட்டோடு ஒட்டிய பக்கத்து அறை.

''இந்த அறைக்கும் மழைத் தண்ணி வரும்போல இருக்குல்ல அக்கா?''

''ஐயோ இல்ல தம்பி... அந்த வீட்டோட அளவுக்கு இல்ல...''

மாகரட் அக்கா கதவைத் தள்ளித் திறந்து உள்ளே சென்றாள். கதவின் கீழால் அறைக்குள்ளும் தண்ணீர் வந்திருந்தது.

"கொழும்புக்கு எந்நாளும் மழை பெய்யுறதில்லையே தம்பி. மழை பெய்ஞ்சால் இந்த வீடுகள்னு இல்ல... மொத்தக் கொழும்புமே தண்ணில மூழ்கிடுதே..."

புதியவர் அறைக்குள்ளே சென்று பார்த்தார். இந்த அறையிலிருந்தது ஒரு கட்டில் மாத்திரமே. கணுக்கால் அளவல்ல... கழுத்தளவு வெள்ளம் வந்தாலும் கூட அள்ளிச் செல்வதற்கு அவரிடம் எதுவுமே இருக்கவில்லை. அவர் கையிலிருந்த பையை கட்டில் மீது வைத்தார்.

"தம்பி, இன்னும் சாமான்கள் ஏதாவது இருந்தா எடுத்துட்டு வாங்க... கதிரை ஏதாவது தேவைப்பட்டா இந்த தங்கச்சி தருவாள்."

"இல்லக்கா... இந்தக் கட்டில் மட்டும் எனக்குப் போதும்."

ஹொரொவ பொத்தானை சகோதரி என்றால் சமைப்பதற்குத் தேவையான பாத்திரங்களைக் கூட எங்கிருந்தோ கொண்டு வந்திருந்தாள். அவள் சென்றதுமே அவையும் அவளோடே காணாமல் போயின. எனது அறை வாடகையை பாக்கியின்றித் தந்த அந்த சகோதரி சென்றதைக் கூட பக்கத்து வீட்டிலிருந்த நான் காணவில்லை.

புதியவர் காற்சட்டையின் பின்புற பாக்கெட்டிலிருந்து பணப்பையை எடுத்து, "அட்வான்ஸா எவ்வளவு வேணும் தங்கச்சி?" என்று கேட்டார். அவருக்கு எனது அறை அந்தளவு பிடித்துப் போக காரணங்கள் ஏதுமில்லை. எனினும் நான் அதைக் குறித்து யோசிக்க வேண்டிய அவசியமில்லை. நாங்கள் கொடுக்கல் வாங்கல் விடயங்களைப் பேசித் தீர்மானித்துக் கொண்டோம். நான் மாகரட் அக்காவின் கையில் கொஞ்சம் பணத்தைக் கொடுத்து விட முயற்சித்தபோதும் அவள் அதை ஏற்றுக் கொள்ளவில்லை. இதற்கு முன்பும் அவள் எனக்குச் செய்த உதவிகளுக்கு நான் இவ்வாறே

பணத்தைக் கொடுத்து விட முயற்சித்த சந்தர்ப்பங்களிலும் அவள் ஒருபோதும் அவளது உதவிகளுக்கான பணத்தை பெற்றுக் கொள்ளவேயில்லை. சேரியில் யாராவது எனது வீட்டினருகே வந்து கத்தினாலும் கூட ஓடி வந்து என்னைப் பாதுகாப்பது மாகரட் அக்காதான்.

மறுநாள் விடிகாலையிலேயே மோட்டார் சைக்கிள் உயிர் பெறும் ஓசையும், அது கடைச் சந்திக்குச் சென்று மறையும் ஓசையும் கேட்டது. அவர் அன்று நடுச்சாமம் வரைக்கும் வீட்டுக்கு திரும்பி வரவில்லை. வருவார். போவார். காலையில் போய் மாலையில் வருவார். மாலையில் போய் காலையில் வருவார். சில நாட்கள் போனதுமே திரும்பி வருவார். சில நாட்கள், பல தினங்கள் கழித்து வருவார். சில நாட்கள் எங்கும் போகாமல் அறைக்குள்ளேயே அடைபட்டுக் கிடப்பார்.

அன்றும் கூட அவர் எங்கேயும் போகவில்லை. எந்நாளுமே பழுதடைந்துபோகும் மோட்டார் சைக்கிள், அன்றும் பழுதடைந்து போயிருந்தது. அவர் நிலத்தில் அமர்ந்தவாறு அதனை முற்றத்தில் வைத்து குடைந்து கொண்டிருந்தார். அது எனக்கும் அவருக்குமிருந்த பொதுவான முற்றம். நான் அவரருகே சென்று குந்தி அமர்ந்தேன். அவர் செய்து கொண்டிருந்த வேலையை நிறுத்தாமலேயே என்னைப் பார்த்தார்.

''ஏன் உதவி செய்யப் போறீங்களா?''

அவர் கஞ்சத்தனமாக சிறிதாய்ப் புன்னகைத்து என்னிடம் அவ்வாறு கேட்டுவிட்டு வேலையை தொடர்ந்து செய்து கொண்டிருந்தார். மோட்டார் சைக்கிள் குறித்து நான் அறிந்த விடயங்கள் ஏதுமில்லை. அவர் அப்படிக் கேட்டது கூட கிண்டலாகத்தான். அவர் செய்துகொண்டிருப்பதைக் குறித்து

எனக்கேதும் தெரியாவிட்டாலும் கூட நான் அதையே பார்த்துக் கொண்டிருந்தேன். அவர் என்னென்னவோ செய்தார். அவரது விரல்களில் கன்னங்கறுப்பாக எண்ணெய்ப் பிசுக்கு படிந்திருந்தது. நான் அவரையும், அவரது பலமான விரல்களையும், எனக்குப் புரியாத அந்த வேலையையும் பார்த்துக் கொண்டேயிருந்தேன்.

முன்பு ஹொரவபொத்தானை சகோதரி காலையில் வேலைக்குப் போனால் இரவாகித்தான் அறைக்கு வருவாள். எனக்கு அவளது வெளிறிய முகத்தை நன்றாகப் பார்த்துக் கொள்ளக் கூட முடிந்ததில்லை. அறையிலேயே இருப்பதனால், இவரென்றால் பேச்சுத்துணைக்கு பொருத்தமான ஆள்தான். எனினும் இவர் குறைவாகத்தான் பேசுகிறார். சொற்பமாகத்தான் புன்னகைக்கிறார். கொஞ்சமாகத்தான் என்னைப் பார்க்கிறார். அவை எனக்குத் தேவையற்றவை. அவர் என்னைப் பார்க்காததற்கும் சேர்த்து நான் அவரைப் பார்த்துக் கொண்டிருக்கிறேன்.

''நிஜமாவே ஐயாவோட பெயரென்ன?''

''ரகுநாதன். என்னை ஐயா, ஐயான்னு கூப்பிடாதீங்க தங்கச்சி.''

ரகுநாதன் அண்ணா எப்போதாவதுதான் புன்னகைத்தார் என்றபோதும் அழகான புன்னகையாக அது இருந்தது. சேற்று நிறக் கண்களைக் கொண்டவர். அக்கண்கள் உள்ளடங்கிப் போயிருந்தன. எவருக்குமே அழகானவையெனத் தென்படாத அக்கண்கள் எனக்கு அழகாகத் தென்பட்டன. ஆளைத் துளைக்கும் பார்வை ரகுவிடமிருந்தது.

மோட்டார் சைக்கிளின் பாகங்களைக் கழற்றிக் கழற்றிப் பூட்டுகையில் இடைக்கிடையே ஓரிரு வசனங்களையும் உதிர்த்தார்.

''பொட்டொன்று வைத்திருந்தால் இன்னும் அழகாக இருப்பீங்க.''

ரகு என்னைப் பார்த்துவிட்டு பிறகு தொலைவிலெங்கோ பார்த்தவாறு கூறினார். வாழ்க்கையில் முதல் தடவையாக 'நான் எந்த இனத்தைச் சேர்ந்தவள்' என்பதை நான் நினைவுபடுத்திப் பார்த்தேன். சிங்களத்தி எனச்சொல்ல என்னிடம் இருப்பது எனது பெயரும், எனது மொழியும் மாத்திரம்தான். ஏனையவர்களிடம் இவற்றைத் தாண்டி வேறேதும் இருக்கிறதா என யோசித்துப் பார்த்தேன். அவர்களிடமும் இருப்பவை இவை மாத்திரம் தான் இல்லையா?

பார்வதி அக்காவிடமென்றால் உடல் முழுவதும் தமிழ் அடையாளங்கள் பூரித்திருக்கும் எப்போதும். ஸஃப்ரினா அக்காவிடமும் அவ்வாறுதான். தலையிலிருந்து பாதம்வரைக்கும் முழுமையாக மூடியிருந்த அவர், வெளியே தென்படுவதுவும் குறைவாகத்தான். எனக்கு எங்கிருந்து பொட்டு? எனக்கு எங்கிருந்து மருதாணி? எனக்கு எங்கிருந்து சேலையும், மாலையும்? எனக்கு எங்கிருந்து ஃபர்தா?

நான் எதற்குமே, யாருக்குமே உரிமையற்ற வேற்றாள் ஒருத்தியாக உணர்ந்தேன். எனது கண்களில் துளிர்த்த கண்ணீர்த் துளிகளை மறைத்துக் கொள்ள எவ்வளவுதான் முயற்சி செய்தபோதிலும், ரகு அண்ணனின் பார்வையிலிருந்து அவற்றால் தப்பிக்க முடியவில்லை. ரகு எனது கண்ணீரைப் படிக்க முயற்சித்தார். என்னைத் தேற்ற சிரிக்க முயற்சித்தார். எனினும் ரகுவால் போலியாகச் சிரிக்க முடியாதென்பது அன்று எனக்குப் புரிந்தது. ரகு விரல்களிலிருந்த எண்ணெய்ப் பிசுக்கால் எனது நெற்றியில் பொட்டொன்று வைத்தார். அப்போது ரகு புன்னகைத்ததில் உண்மை இருந்தது.

சந்தியிலிருந்த கடையில்தான் ரகு சாப்பிட்டார். நான் சமைக்கும் சாப்பாட்டிலிருந்து ஒரு பாகத்தை ரகு அண்ணனுக்குக் கொடுக்க நான் எவ்வளவுதான் முயற்சித்த போதிலும், எனக்கு சுமையாக ஆக ரகு

அண்ணன் துளியேனும் விரும்பவில்லை. சில நாட்கள் இரவில் அவர் வரும்போது சந்திக் கடையிலிருந்து கொத்து பரோட்டாவொன்றை வாங்கிக் கொண்டு வருவார். அவ்வாறு கொண்டு வரும் கொத்து பரோட்டாவிலிருந்து பாதியை எனக்குத் தருவார். சாப்பிடச் சொன்னாரே தவிர ஒருபோதும் ஊட்டி விட முயற்சிக்கவில்லை. நான் சாப்பிடும் வரைக்கும் ரகு மெதுமெதுவாக சாப்பாட்டை அலைந்து கொண்டிருந்தாரே தவிர அவர் சாப்பிடவில்லை. நான் வயிறு நிறைய சாப்பிடும்வரை அவர் சாப்பிடாதிருந்திருக்கக் கூடும்.

எனக்கு ரகு அண்ணனிடமிருந்து மாத வாடகைப் பணத்தைப் பெற்றுக் கொள்ள மனம் இடங்கொடுக்கவில்லை. எனினும் அவ்வாறு பெற்றுக் கொள்ளாது, என்னால் எனது ஜீவிதத்தைக் கொண்டு செல்வது சாத்தியமாகாது என்ற இயலாமையினால் அதைப் பெற்றுக் கொண்டேன். நான் பணம் வேண்டாம் எனக் கூறிய ஒரு மாதம், ரகு எனக்கு சின்னச் சின்னப் பூக்கள் நிறைந்த சேலையொன்றையும், நிறைய வளையல்களையும் கொண்டு வந்து கொடுத்தார். அதுவரையில் நான் வாழ்க்கையில் ஒருபோதும் சேலை அணிந்திருக்கவில்லை.

"எனக்கு சேலை கட்டத் தெரியாது அண்ணா"

அணிந்திருந்த பாவாடைக்கும் சட்டைக்கும் மேலாக ரகு அண்ணன் எனக்கு சேலை அணிவித்து விட்டார். கைகள் மூடுமளவிற்கு இரண்டு கைகளிலும் வளையல்களை மாட்டிவிட்டார்.

"பொட்டொண்ணு?" எனக் கேட்டேன்.

"தேவையில்ல... இப்பவே அழகுதான்."

என்னதான் ரகு என்னை அழகி, அழகி எனக் கூறியபோதும் நான் அந்தளவு அழகல்ல என்பது எனக்குத் தெரியும். எனினும் ரகு

வெறுமனே முகத்தாட்சண்யத்திற்கு அவ்வாறு கூறவில்லை என்பதுவும் எனக்குத் தெரியும். ரகுவுக்கு நான் அழகாகத் தெரிந்திருக்கக் கூடும். வெயிலில் வதங்கி, மழையில் கரைந்த நான் அழகி என்பதாக, அமர உயிரோடிருந்த காலத்தில்கூட என்னிடம் கூறியதில்லை.

எனது அறையின் பலகைகளிடையேயிருந்து ரகுவின் அறை எனக்குத் தென்படும். பலகை இடைவெளிகளினூடே ரகுவைப் பார்த்திருப்பது போல ப்ரியமானதொன்று எனக்கு வேறேதுமில்லை. எனினும் ரகு ஒருபோதும் பலகை இடைவெளிகளினூடாக என்னை உற்று நோக்கவில்லை என்பதை நான் நன்றாக அறிவேன். எப்போதும் மொத்த உலகத்தின் பாரத்தையும் தனது தலையில் ஏற்றி வைத்ததைப் போலிருக்கும் ரகு, நிம்மதியான நீடித்த உறக்கத்தில் ஆழ்ந்திருப்பது போல தூங்கிக் கொண்டிருப்பார்.

ரகு அறியாது பலகை இடைவெளியினூடே வேண்டிய மட்டும் அவரையே பார்த்துக் கொண்டிருப்பது போன்ற உவகையை எனக்கு வேறெதுவும் தரவில்லை. பிறந்ததிலிருந்தே நான் ஓடிய ஓட்டத்தை நிறுத்தி இளைப்பாறுவதைப் போல அப்போது நான் உணர்வேன். ரகு விழித்திருந்த அநேகமான நேரங்களிலெல்லாம் அறைக்குள்ளே வயர் குவியலையும், தகட்டுத் துண்டுகளையும் வைத்துக் கொண்டு பாடுபட்டுக் கொண்டிருப்பார்.

திடீரென ஒரு நாள் சேரிக்கு போலிஸ் வந்தது. எனது அறைக்கு பக்கத்து அறையை புரட்டிப் போட்டது. அதிகாரிகள் ரகுவின் அறையில் நுழையும்போது அவர் தூங்கிக் கொண்டிருந்தார். அவரைப் பிடித்து ஜீப் வண்டியிலேற்றினர். ரகுவினது மோட்டார் சைக்கிளையும், அறையிலிருந்த வயர் குவியலையும், தகட்டுத் துண்டுகளையும் கூட ஜீப்பில் குவித்தனர். அனைத்தும் நடைபெறும்

போது ரகு என்னையே பார்த்துக் கொண்டிருந்தார். எப்போதாவது நிகழக் கூடும் என எதிர்பார்த்திருந்ததைப் போல, மிகவும் அமைதியாக அனைவற்றுக்கும் முகம்கொடுத்த ரகு, அவருக்கென இருந்த ஒரே சொத்தும் பறி போய்க் கொண்டிருப்பதைப் போல என்னையே பார்த்துக் கொண்டிருந்தார்.

ரகு என்னையே பார்த்துக் கொண்டிருந்தாரே தவிர சயனைட்டைக் கடிக்கவில்லை. ரகுவை என்னிடம் விட்டுச் செல்லும்படி எவ்வளவுதான் நான் அழுது கதறியபோதும் அதிகாரிகளால் அதைச் செய்ய இயலவில்லை. போலிஸ் அதிகாரிகள் ரகுவைக் கொண்டு சென்றார்கள். மொத்த சேரி மக்களும் சூழ்ந்து நின்று அமைதியாக வேடிக்கை பார்த்துக் கொண்டிருக்கையில் நான் மாத்திரம் அழுது கதறியவாறு ஜீப் வண்டியின் பின்னாலேயே ஓடினேன். வழமையாக எனது உதவிக்கு ஓடி வரும் மாகரட் அக்கா கூட அன்று எனக்காக ஒரு அடி முன்னே வைக்கத் துணியவில்லை.

அதுவரை அந்தளவு என்னைப் பார்த்திருக்காத ரகு, அன்று காணாமல் போகும்வரைக்கும் என்னையே பார்த்துக் கொண்டிருந்தார். எனது கதறல் ஓசை கேட்கும் எல்லை வரைக்கும், ரகு அந்தக் கதறலை சிரமப்பட்டேனும் கேட்டுக் கொண்டிருந்திருக்கக் கூடும். ரகு ஒருபோதும் திரும்பி வரவில்லை.

அன்றொரு நாள், நான் பிரசவிக்கவிருக்கும் குழந்தையின் தந்தையான எனது கணவன், தோடம்பழப் பெட்டியைத் தலையில் சுமந்தவாறு அன்றைய வருமானத்துக்காக அலைந்து கொண்டிருக்கையில், புறக்கோட்டை குண்டுவெடிப்பில் அகப்பட்டு செத்துப் போன நாளில் துயருற்றிருந்ததை ஒத்த கவலை தோன்றியது எனக்கு, ரகு இறுதியாக என்னையே பார்த்துக் கொண்டிருந்தபோது.

அந்திமக் காலத்தின் இறுதி நேசம்

தக்ஷிலா ஸ்வர்ணமாலி

அந்தத் தெருவினிடையே ஓரிடத்தில் அந்த முதியவர் இருந்தார். அந்தத் தெருவினிடையே ஓரிடத்தில் அந்த முதியவரது வீடும் இருந்தது. அந்த வீடானது, அந்த முதியவரின் பின்புறமாக வீற்றிருந்தது. வீட்டைச் சூழவுமிருந்த வீட்டுத் தோட்டத்தின் ஒரு மூலையிலிருந்த நுழை வாயிற்கதவின் அருகில் அந்த முதியவர் சக்கர நாற்காலியொன்றில் அமர்ந்திருந்தார். வீட்டு முற்றத்தில் முதுமையடைந்திராத மரங்கள் ஆங்காங்கே நிமிர்ந்திருந்து முதியவரைப் பார்த்துக் கொண்டிருந்தன. மரங்களிடையே இடைவெளி காணப்பட்டது. நன்றாகப் பராமரிக்கப்படும் பூச்சாடிகள் சிலவற்றை வீட்டை நெருங்கும்போது காணக்கிடைத்தது. சக்கர நாற்காலியில் அமர்ந்திருந்த அம் முதியவர், கண்ணிமைக்காமல் அத் தெருவையே பார்த்துக் கொண்டிருந்தார். இப்பொழுது யாராவது தன்னைப் பார்க்கக் கூடுமென அம் முதியவர் பார்த்துக் கொண்டேயிருந்தார்.

தெருவில் அந்தளவு ஆட்கள் நடமாட்டமில்லை. எப்போதாவது யாராவது வருவார்கள். ஓரிருவர் முதியவரை ஏறெடுத்துப் பார்ப்பார்கள். அநேகமானவர்கள் முதியவரைக் கண்டுகொள்ள மாட்டார்கள். மிகவும் அபூர்வமாக எவராவது ஒருவர் நின்று ஏனோதானோவென்று ஓரிரு வசனங்களை முணுமுணுத்துவிட்டுச் செல்வார். முதியவர் பூரித்துப் போக மாட்டார். நடுத்தர வயதைத் தாண்டிக் கொண்டிருந்த பெண்ணொருத்தி, இடைக்கிடையே முதியவரது வீட்டினுள்ளிருந்து எட்டிப் பார்ப்பாள். அவர் அந்த இடத்தில் அப்படியே இருப்பார். அவள் மீண்டும் தனது வேலைகளைத் தொடர வீட்டுக்குள் செல்வாள்.

அந்த நுழைவாயிலை யொட்டி அமைந்திருந்த தெரு, நிழல் அடர்ந்தது. அந்தத் தெருவின் இருமருங்கிலும் மரங்கள் பலவும், கட்டடங்கள் சிலவும் நின்று கொண்டிருந்தன. அந்தத் தெருவில் பேரூந்து ஓடவில்லை. அந்தத் தெருவில் இரண்டு, மூன்று மைல் தொலைவில் அந்த இளம்பெண்ணின் வீடிருந்தது. அந்த வீட்டுக்குச் செல்ல இன்னுமொரு வழியுமிருந்தது. அந்தப் பாதையின் இருமருங்கிலும் கட்டடங்கள் பலவும், மரங்கள் சிலவுமாக நின்றுகொண்டிருந்தன. அந்த இளம்பெண் ஒவ்வொரு நாளும் பேரூந்திலேறி அந்தப் பாதையின் வழியேதான் பயணித்து வந்தாள். ஒரு நாள் அவள் பேரூந்தில் ஏறாது தவிர்த்துவிட்டு, இடப்பக்கத் தெருவில் நடந்து சென்றாள். பேரூந்துகள் ஓடாத, மரங்கள் அடர்ந்த அத் தெருவின் நிழல் வழியே மேனி நுழைத்து அவள் தனது வீட்டை நோக்கி நடக்கத் தொடங்கினாள். அந்த மூன்று, நான்கு மைல்கள் தூரத்தையும் நடந்து கடக்கவேண்டும். அந்தத் தெருவினிடையே ஓரிடத்தில் அந்த முதியவர் இருந்தார். அந்தத் தெருவினிடையே ஓரிடத்தில் அந்த முதியவரது வீடும் இருந்தது. முற்றத்தின் மூலையிலிருந்த நுழைவாயிற்கதவின் அருகில் அந்த முதியவர் சக்கர நாற்காலியொன்றில் அமர்ந்திருந்தார்.

அந்த இளம்பெண் மிகவும் மெதுவாக அடி வைத்து நடந்தாள். அவளைக் கண்டது தொட்டு தன்னைத் தாண்டிச் செல்லும் வரை அந்த முதியவர் அவளையே பார்த்துக் கொண்டிருந்தார். அவள் அவரைக் கண்டாள். அவள் புன்னகைத்தாள். அது அவள் எல்லோருக்கும் வழங்கும் புன்னகை. முதியவரும் புன்னகைத்தார். அது அவரது நினைவுக்கெட்டிய விதத்தில் எவருக்கும் வழங்கியிராப் புன்னகை. இளம்பெண்ணின் நடைவேகம் மெதுமெதுவாகக் குறைவதை முதியவர் அவதானித்தார். அவள் திரும்பினாள். முதியவர் பூரித்தார்.

'ஐயாவை எங்கேயோ பார்த்த ஞாபகம் '

'எனக்கும் மகளை எங்கேயோ பார்த்த ஞாபகம்.'

'நான் இதற்கு முன்பு இந்த வழியா நடந்து போனதில்ல.'

'பக்கத்திலா இருக்கீங்க?'

'இங்கிருந்து ரெண்டரை மைல் தூரமிருக்கும். மூவாற்றைக் கடந்து போகணும். ...'

'ஏன் நடந்து போறீங்க?'

'சும்மா தோணுச்சு. அந்தத் தெரு போல இல்ல இந்தத் தெரு. இந்தத் தெரு ரொம்ப இதமாயிருக்கு.'

'கால் வலிக்குமே?'

'இல்ல.'

'இயலுமான காலத்தில நானும் நடந்திருக்கேன் வேண்டிய மட்டும்.'

'ஐயாவுக்கு மட்டுமில்ல... எனக்கும் கூடத்தான் நடக்கவே முடியாத ஒரு காலம் வரும். எல்லோருக்குமே அப்படித்தானே?'

'உள்ளே வாங்க. தேத்தண்ணி ஒண்ணு குடிச்சுட்டுப் போகலாம். பொஞ்சாதி இருக்கா.'

'இப்ப முடியாது. இன்னொரு நாள் வரேன்.'

'இப்படித்தான் சொல்வீங்க... ஆனா வர மாட்டீங்க.'

'இல்ல... நிஜமா வரேன். இன்னிக்கு ரொம்ப தாமதமாகிட்டுது. வரத் தாமதமாகும்னு வீட்ல சொல்லக் கூட இல்ல. வீட்ல பயப்படுவாங்க.'

'திரும்ப எப்ப வருவீங்க?'

'முடியுமானப்போ வருவேன். இப்ப போயிட்டு வரேன்.'

பூ அலங்காரச் சேலை. இருபுற வகிடெடுத்து ஒற்றைப் பின்னலாக்கிய பொலிவற்ற கூந்தல். கோப்பிப் பூ புன்னகை. மெல்லிய தென்றலுக்கு அசையும் அரச மரக் கொழுந்து போன்ற விழிகள். தங்க நிறத்தில் பளபளக்காத, பல காலமாக வெயிலில் வாடி நிறமிழந்த கன்னங்கள். எனினும் உத்வேகத்தில் துடிக்கும் கன்னங்கள். முதியவருக்குள் அந்த இளம்பெண் அடிக்கடி தென்பட்டாள்.

'முடியுமானப்போ வருவேன். இப்ப போயிட்டு வரேன்.'

நடுத்தர வயதைக் கடந்து கொண்டிருந்த பெண்மணி அவருக்கு சேவகம் செய்யும்போதும், அவள் அவரைப் படுக்கைக்குக் கூட்டிச் செல்லும்போதும், அவருக்குத் தூக்கம் கண்ணைச் சுழற்றும்போதும், அவருக்கு அந்த இளம்பெண் தென்பட்டாள். முதியவர் இரு விழிகளையும் திறந்து நடுத்தர வயது பெண்மணியை ஏறிட்டுப் பார்த்தார்.

'என்னுடனேயிருந்து கிழவியாகிட்டாள். ஒரு காலத்தில் அந்தப் பிள்ளையை விட அழகாக இருந்தாள். பாவம் அந்தப் பிள்ளை.

நடந்தே போயிருப்பாள். அந்தத் தெருவில் பேரூந்து போகும்போது எதற்காக இந்தத் தெருவில் நடந்து வந்தாளோ? நடந்து வந்ததுவும் நல்லதுதான். இல்லாவிட்டால் நாங்கள் எவ்வாறு சந்தித்திருக்க முடியும்? அங்கேயும் இங்கேயும் பராக்கு பார்த்துப் பார்த்து மெதுமெதுவாக நடந்து போனாள். ரொம்ப தூரம் நடக்க வேண்டும் என்பதைக் கவனத்தில் கொள்ளவேயில்லை. இன்றுதான் இந்தத் தெரு வழியே முதன்முறையா போயிருக்காள்னா திரும்பவும் வருவாளோ மாட்டாளோ என்னவோ. ஆசைக்கு ஒரு தடவை நடந்து பார்த்திருப்பாள். அதற்காக திரும்பவும் இதே வழியில் வருவாளா என்ன?! ஆனா வரேன்னு சொன்னாளே. ஆட்டோ ஒண்ணுலயாவது வருவாள் ஒருநாள்.'

'மகன் இந்தத் தடவை விடுமுறைக்காவது வருவானா?'

'போன தடவையும் வரேன்னு சொல்லிட்டு வரலையே. நீங்க அவனை எதிர்பார்த்துட்டிருக்க வேணாம். வந்தாலும் ஒண்ணுதான். வரலைன்னாலும் ஒண்ணுதான்.'

'மகன் வர்றது உனக்குப் பிடிக்கலைல்ல? மகனோட சின்ன வயசுல கூட உனக்குப் போட்டி மகனோடுதான். மகனை விடவும் உன் மேல நான் பாசமா இருக்குறதைப் பார்க்குறதுதான் எப்பவும் உன்னோட ஆசை.'

'அப்படியொண்ணும் இல்லைங்க. அந்தக் குழந்தையை நல்லபடியா வளர்த்தெடுக்கணும்னுதானே உங்க விருப்பமிருந்தது.'

'மகளொருத்தியாவது பிறந்திருந்தா நல்லாயிருந்திருக்கும்... இல்ல?'

'அப்படியிருந்தாலும் அவ்வளவுதாங்க. அவளும் புருஷனோட போய், குழந்தை பெத்து வளர்த்து... அப்புறம் எங்க நேரமிருக்கும்

எங்க கூட இருக்க?'

'அந்தப் பிள்ளைக்குன்னா நேரமிருக்கும் போல'

'எந்தப் பிள்ளைக்கு?'

'வரேன்னு சொல்லுச்சே'

'யாரு?'

'உன்னாலயும் முடியலை இப்போ எனக்கு தனியா சேவகம் செய்ய'

'எனக்கு இன்னும் சக்தியிருக்குங்க. உதவிக்கு நம்பிக்கையான ஒருத்தர் கிடைக்குறதும் லேசில்ல இந்தக் காலத்தில'

'அதை விட நல்லது நாங்க ரெண்டு பேரும் இப்படியே தனியா இருக்குறது. நான் அந்தப் பிள்ளையைப் பற்றி யோசிச்சுட்டிருந்தேன்.'

'என் புருஷனோட ஞாபக சக்தி குறைஞ்சிட்டு வருது' நடுத்தர வயதைத் தாண்டிக் கொண்டிருந்த அந்தப் பெண்மணி நினைத்துக் கொண்டாள்.

'அந்தப் பிள்ளை கனவிலாவது வந்தா நல்லாயிருக்கும். அவ்வளவு சீதேவியான, இரக்கமான பிள்ளையை ரொம்ப நாளைக்குப் பிறகு கண்டிருக்கிறேன். எப்பவும் சிரிச்சுக்கிட்டேயிருக்கா. அது போலிச் சிரிப்புமில்ல. இதே தெரு வழியே நாளைக்கும் வந்தா நல்லது. திரும்ப வரும்போது நகரத்திலிருந்து ஆட்டோ ஒண்ணுல வரச் சொல்லணும். ஆட்டோ காசு நாம கொடுக்கலாம்னு பொஞ்சாதிக்கிட்ட சொல்லணும்.'

முதியவர் அந்த இளம்பெண்ணைக் குறித்து சிந்தித்துக் கொண்டேயிருந்ததனால், நள்ளிரவும் கடந்த பிறகே அவருக்கு

நித்திரை வந்தது. எனினும் கனவில் அவள் வரவில்லை. காலை நேரம் முழுவதும் அவர் அதற்காக கவலையுடன் காணப்பட்டார்.

'என்னை வாசலுக்குப் பக்கத்துல விட்டுட்டு உன் வேலைகளைக் கவனியேன். ஒண்ணுக்குப் போகணும்னா நான் உன்னைக் கூப்பிடுறேன்.'

மத்தியானமாகும் போது முதியவர் உத்தரவிட்டார். நடுத்தர வயதைத் தாண்டிக் கொண்டிருந்த பெண்மணி அந்த முதியவரை சக்கர நாற்காலியோடு நுழைவாயிலருகே தள்ளிக் கொண்டு வந்தாள்.

'பொஞ்சாதிக்கிட்ட சொல்லி சாப்பாட்டையும், தண்ணீரையும் இங்கேயே கொண்டு வந்துடணும். சாப்பிடப் போற அந்த நேரத்துல, இந்த இடத்தை அந்தப் பிள்ளை தாண்டிப் போய்ட்டான்னா? இந்த நேரம்தான் அந்தப் பிள்ளை வேலை விட்டுப் போறான்னா அவள் எங்கே வேலை பார்க்கக் கூடும்? தோற்றத்தையும், வந்த நேரத்தையும் வச்சுப் பார்த்தா ஏதாவது ஸ்கூல்ல வேலை பார்க்கத்தான் அதிக வாய்ப்பிருக்கு' என முதியவர் பார்த்துக் கொண்டிருந்தார். முதியவர் காத்துக் கொண்டேயிருந்தார்.

'போன கிழமை நீ அந்தத் தெரு வழியா நடந்து போனதைக் கண்டதா ஹாமினே சொன்னா?'

'அந்தப் பொம்பளை பட்டப்பகல்ல ஒரு மோகினியைக் கண்டாளோ என்னவோ?!'

'நீ அன்னிக்கு தாமதமாத்தான் வீட்டுக்கு வந்திருந்தாய். நான் வரப்போதான் நீ சேலை மாத்திட்டிருந்தாய்'

'அன்னிக்கு ஸ்கூல்ல மாலை வகுப்பிருந்துச்சு'

'என் காதுல பூ சுத்த இந்த டீச்சரால முடியாது'

'அவ்வளவு சந்தேகமா என்மேல?'

'வேற ஆட்களைப் போல உனக்கு கள்ளப் புருஷன் இருப்பான்னு எல்லாம் எனக்கு சந்தேகம் இல்ல. ஆனா நீ என்கிட்ட பொய் சொல்றேன்னு மட்டும் புரியுது. நான் திட்டப் போறேனா என்ன? போற, வர்ற இடங்களை சொல்லிட்டுப் போ மெனிக்கா. அந்தப் பாழுந் தெருவுல ராத்திரி நேரம் ஒரு வாகனத்தைக் கூட கொள்ளையடிச்சாங்களாம். அந்தத் தெருவோரத்துல இருக்குற ரப்பர் தோட்டத்துல தான் ஒருத்தனைக் கொன்னு சடலத்தைக் கொண்டு வந்து போட்டிருந்தாங்க.'

'அது ராத்திரியில... இது பட்டப் பகல்'

'எதுவாயிருந்தாலும் அந்தத் தெருவுல பூனை, நாய்கூட நுழையாத இடங்கள்தான் நிறைய இருக்கு.'

'அந்த ஐயா என்னை எதிர்பார்த்துக் கொண்டிருப்பாரோ தெரியாது. இருக்காது. இப்பொழுது என்னை ஞாபகமும் இருக்காது. என்னைப் போல ஒருத்தியைச் சந்தித்ததும் நினைவிருக்காது. வயதாகிவிட்டது அல்லவா? ஆனால் தவறியேனும் என்னை நினைவிருந்தால்?'

சோர்ந்து போன, கலங்கிய, உட்புதைந்த முதிய விழிகள். நீண்ட கூரிய மூக்கு. அகன்ற உதடுகள். மிக நெடுங்காலத்துக்கு முன்போர் காலத்தில் அந்த முதியவர் அதே அங்கங்களோடு பலம் மிக்க இளைஞனாக இருந்திருக்கக் கூடுமென திடீரென அந்த இளம்பெண்ணுக்குத் தோன்றியது. அவள் அந்த இளைஞனின் தோற்றத்தை சிந்தித்துப் பார்க்க முயற்சித்தாள். அந்த இளைஞனது உடலை கற்பனை செய்து பார்ப்பது ஒருபுறம் இருக்க, அந்த முதியவரது தற்போதைய உருவம் கூட தனக்கு சரியாக நினைவிலில்லை என அவளுக்குப் புரிந்தது.

அவர் முதியவர். அந்த முதியவருக்கு அவளது கண் இமைகளையும், அகன்ற புருவங்களையும், மெல்லிய உதடுகளையும், சிறிய நாசியையும், வட்ட முகத்தையும், பின்னலிலிருந்து தப்பி கூந்தல் விழுந்திருந்த நெற்றியையும், அழகற்ற மேனியையும் ஒவ்வொன்றாக மிகச் சரியாக நினைவுபடுத்திப் பார்க்க முடிந்தது.
'அந்தப் பிள்ளை அழகானவள்.' முதியவர் காத்துக் கொண்டிருந்தார். முதியவர் நுழைவாயிலருகே அமர்ந்து பார்த்துக் கொண்டேயிருந்தார். அவள் வரவில்லை.

'அந்தப் பிள்ளையோட வயசுல என் பொஞ்சாதியும் அந்தப் பிள்ளையை விட அழகாயிருந்தா. அந்தப் பிள்ளையோட கையில குடையொண்ணு கூட இருக்கல.'

முதியவர் காத்துக் கொண்டிருந்தார். முதியவர் நுழைவாயிலருகே அமர்ந்து பார்த்துக் கொண்டேயிருந்தார். அவள் வரவில்லை. முதியவர் மீண்டும் மீண்டும் வழி பார்த்துக் கொண்டேயிருந்தார். ஒரு நாள் அவள் வந்தாள்.

'மகளுக்கு உடம்பு சரியில்லாமப் போச்சோ?'

'ஐயோ இல்ல ஐயா... வேலை கொஞ்சம் கூடிப் போச்சு. ஸ்கூல்ல பரீட்சை விடைத்தாளெல்லாம் திருத்துற வேலை நிறைய இருக்கு இந்தக் காலத்துல'

'ஸ்கூல்ல பாடம் நடத்துறவங்கன்னு எனக்கு தோணுச்சு. ஏன் மகள் இவ்வளவு தூரம் நடந்தே போறீங்க? பஸ்ல போகாம இந்த வழியாப் போற நாட்கள்ல ஆட்டோல போங்க. நான் காசு தரேன்.'

'ஐயோ வேணாம் ஐயா... எனக்கு ஒரு களைப்புமில்ல. இந்தத் தெரு ரொம்ப அமைதியான தெரு.'

'அன்னிக்கு நாங்க சந்திச்சு ஒரு மாதமிருக்கும் இல்லையா?'

'இல்ல ஐயா... ரெண்டு கிழமை கூட இல்ல.'

'அதை விடக் கூடுதலா இருக்கும்னு எனக்குத் தோணுச்சு. வாங்க உள்ளே போகலாம். இன்னிக்கு மனுஷி வீட்ல இல்ல. என்னை இங்கே உட்கார வச்சுட்டு டவுணுக்கு சீக்கிரமாப் போயிட்டு வந்துடறேன்னு சொல்லிட்டுப் போனா. மகள் என்னை உள்ளே கூட்டிட்டுப் போய், எனக்கும் சேர்த்து ஒரு தேத்தண்ணி ஊத்தித் தாங்க.'

'நான் ஐயாவுக்குன்னு சூப் தயாரிச்சு சுடுதண்ணி போத்தல்ல ஊத்தி எடுத்துட்டு வந்திருக்கேன்.'

'மகளே தயாரிச்சதுன்னா நல்ல சுவையாயிருக்கும்.'

'ஐயோ எனக்குன்னா அவ்வளவு சுவையா சமைக்கவெல்லாம் தெரியாது ஐயா.'

'என் மேல உள்ள இரக்கத்துலதானே மகள் இதைத் தயாரிச்சீங்க? அதுவே போதும் எனக்கு. நாங்க உள்ளே போய்க் குடிப்போம் ரெண்டு பேருமா.'

இளம்பெண், முதியவரது சக்கர நாற்காலியைத் தள்ளிக் கொண்டு வீட்டினுள்ளே போனாள். அந்த வீடு சற்றுப் பெரியதாக இருந்தது. உள்ளே நிறைய இடமிருந்தது. அவள் முதியவரின் முன்னால் அமர்ந்து கொண்டாள். போத்தலிலிருந்த சூப்பை கோப்பையில் ஊற்றிக் கொடுத்தாள்.

'மகள் பாதி குடிச்சுட்டுக் கொடுங்க.'

'ஐயோ அது சரியில்ல.'

'நாந்தான் சொல்றேன்ல.'

அவள், அவர் கூறியதைச் செய்தாள்.

'ஐயா ரொம்ப காலமா உடம்பு சரியில்லாம இருக்கீங்களா?'

‘முன்பிருந்தத விட இப்ப கொஞ்சம் நல்லாருக்கேன். முன்பு படுக்கையிலேதான் கிடந்தேன். எல்லா சேவகமும் என்னோட பொஞ்சாதிதான் செஞ்சிட்டிருக்கா. இப்ப கதிரையில நேரா உட்கார முடியும். கையைப் புடிச்சுக்கிட்டு எழுந்திருச்சு கட்டிலுக்கு மாறவும் முடியும். எனக்கு புற்றுநோயிருப்பது மூளையில்தானே. ஆபரேஷன் பண்ணாங்க. ஊசி மருந்துகளும் முடிஞ்சது. இப்ப மருந்து குடிச்சிட்டிருக்கேன்.’

முதியவரை நெருங்கி அமர்ந்திருந்த இளம்பெண், கதிரையின் பின்னால் சாய்ந்து அமர்ந்தாள். ‘இனி வரத் தாமதிக்கக் கூடாது.’ முதியவரின் பூரித்த விழிகளை, கலங்கிய விழிகளால் இளம்பெண் பார்த்துக் கொண்டிருந்தாள். முதியவர் இடைவிடாது கதைத்துக் கொண்டிருந்தார். நெடுங்காலமாக எவரிடமுமே கூறாதவற்றை யெல்லாம் கூறிக் கொண்டிருந்தார். எவரிடமும் கூற முடியாதிருந்ததையெல்லாம் கூறிக் கொண்டிருந்தார். ‘சுகவீன முற்றிருந்ததால், முதியவராகத் தோற்றம் தருகிறபோதும் நிஜமாகவே அவ்வளவு வயதிருக்காது.’ அவர் பழைய காதலிகளைக் குறித்தும், காதலர்களைக் குறித்தும் கூடக் கதைத்தார். அண்மையில் மரணித்த இறுதிக் காதலியைப் பற்றியும் குறிப்பிட்டார்.

‘ஆஸ்பத்திரிக்கு வந்து ரொம்ப அழுதாள், உடம்புக்கு ரொம்ப முடியாம இருக்கும்போது ரெண்டு, மூணு வாட்டி வீட்டுக்கும் வந்திருந்தாள். இப்பவும் இருந்திருந்து யாராவது பார்க்க வருவாங்க. வந்தாலும் ஞாயிற்றுக்கிழமைதான் வருவாங்க. வீட்டுல ரொம்ப தனிமையாயிருக்கு. புத்தகங்களோ, பத்திரிகைகளோ வாசிக்கவும் முடியாம பார்வை மங்கிடுச்சு. டீவி பார்த்துட்டிருக்குறதும் கஷ்டமா இருக்கு. அதுல இப்ப பார்க்குறதுக்கும் ஒண்ணுமில்ல. நான் காரணமா மனுஷிக்குக் கூட வெளியே எங்கேயும் போகக் கிடைக்குறதில்ல.’

'அவங்களுக்கு வெளியே எங்கேயாவது போகணும்னா சொல்லுங்க... ஐயாவப் பார்த்துக்க நான் வரேன். அவங்களுக்குப் போயிட்டு வந்துடலாம்.'

'அப்படி நடந்தா நல்லதுதான். அவ எங்கேயும் போனாலும் இல்லேன்னாலும் எங்க கூட இருந்துட்டுப் போக மகள் அடிக்கடி வாங்க. மகளோட வீட்டுல யாரெல்லாம் இருக்கீங்க?'

'நானும், அண்ணாவும் மட்டும்தான்.'

'அப்போ அண்ணாக்கிட்ட சொல்லி வைங்க.'

'அண்ணா ஒண்ணும் சொல்ல மாட்டார் ஐயா... அவருக்குப் புரியும்.'

'நானும் என் புருஷனும்னு சொல்லாம ஏன் அண்ணான்னு சொன்னேன்?' என அவளுக்குத் தோன்றியது. 'அது என் புருஷன்தானே? அண்ணா பழைய வீட்டில்தானே இருக்கிறார்? புருஷனைப் புருஷன்னு சொல்லியிருந்தால் என்ன நடந்திருக்கும்? அண்ணான்னு சொன்னதனால் புருஷன் அண்ணனாகி விடுவாரா என்ன?

'வெளியே காணலைன்னுதான் உள்ளே வந்தேன். ஐயா தனியாவா இருக்கீங்க?'

'மகன் வந்திருக்கான். பொஞ்சாதி ஊருக்குப் போயிட்டா. என்னைப் பார்த்துக்க மகன் இருக்கான் இல்லையா? மனுஷி திரும்ப வர மாட்டாளோன்னும் பயமாயிருக்கு. அவ இருக்கும் போதுன்னா எனக்கு தூக்கம் வரும்வரைக்கும் தலையைத் தடவி விட்டுட்டேயிருப்பா. மகன் அப்படியில்ல.'

'ஐயா கட்டிலுக்கு வாங்க. நான் ஐயாவுக்கு நித்திரை வரும்வரைக்கும் தலையைத் தடவி விடுறேன். ஐயா எப்பவும் சாயந்தரம் கொஞ்சம் தூங்கி எழுந்திருப்பீங்க இல்லையா?'

அயல் பெண்களின் கதைகள்

'மகள் வந்திருக்குறப்ப எனக்குத் தூக்கம் அவசியமில்ல. எனக்கு மகளைப் பார்த்துக்கிட்டே விழிச்சிட்டிருக்குறதுதான் இப்ப தேவையாயிருக்கு.'

'மகனா இப்போ சமைக்கிறதெல்லாம்?'

'மகனுக்கு சமைக்கத் தெரியாது. அதுவும் மனுஷி சமைக்கிறதுபோல வராது இல்லையா? மகன் கடையிலிருந்து சாப்பாடு வாங்கி வருவார்.'

'நான் திரும்ப வர்றப்போ ஐயாவுக்கு சோறு சமைச்சு எடுத்துட்டு வரேன்.'

'கொண்டு வர வேணாம். இங்கேயே சமைச்சிடுங்க மகள்.'

'மகன் இன்னிக்கு சாப்பாடு வாங்கிட்டு வந்திருக்காரா?'

'இன்னுமில்ல. மகன் தூங்கிட்டிருக்கார்னு நினைக்கிறேன். நான் கூப்பிட்டா மட்டும்தான் அறையை விட்டு வெளியே வருவார். அதுக்கும் பல தடவை கூப்பிட வேணும். மகள் இதை யாரிடமும் சொல்ல வேணாம்.'

'முடிஞ்சப்ப எல்லாம் நான் வரேன். நான் சமைச்சு முடிக்குற வரைக்கும் படுத்துக்குங்க ஐயா. இல்லேன்னா என்னோடு சமையலறைக்கு வாங்க.'

'எனக்கு ரொம்பத் தாமதமா ஒரு மகள் கிடைச்சிருக்கா. இதுக்கு முந்தி நாம சந்திச்சிருக்க வேணும்.'

'தாமதமாவாவது நாம சந்திச்சிக்கிட்டோமே ஐயா.'

'பொஞ்சாதியும் போயிட்ட பிறகு நீங்களும் இல்லேன்னா எனக்கு என்ன நடந்திருக்கும் மகள்? அந்தளவு அன்பான பொஞ்சாதியையும் விட நான் இந்த மகன் மேல பாசமா இருந்தேன். என்னோட மகன்

வந்து, மோசமான வார்த்தைகளால மனுஷியை ரொம்பத் திட்டிட்டான். என் பொஞ்சாதி என்னைத்தான் நேசிச்சாளே தவிர என்னோட சம்பளத்தையோ, இந்த வீட்டையோ அல்ல மகள். நான் இந்த சொத்துக்களையெல்லாம் என்னோட மகன் பேருக்குத்தான் எழுதி வச்சிருக்கேன்னு தெரிஞ்சிருந்தும் என் பொஞ்சாதி என்கூடத்தான் இருந்தா. மனசு நொந்து இப்ப அவ போயிட்டா. பொஞ்சாதி கூட இருக்கும்போது கூட நான் தனியாத்தான் இருக்கேன்னு தோணுச்சு. மகன் வந்தா எல்லாம் சரியாகிடும்னு நம்பிட்டிருந்தேன். ஆனா எனக்கு இப்பதான் புரியுது. இப்பதான் நான் தனிச்சிருக்கேன். மகளால மட்டும்தான் அந்தத் தனிமையைப் போக்க முடியும். நான் ரொம்ப காலத்துக்குப் பிறகு ஒரு கவிதை எழுதியிருக்கேன். அந்தக் கவிதை கூட மகளைப் பற்றித்தான். கட்டிலுக்குப் பக்கத்துல இருக்கும். கையெழுத்து கோணலாகிட்டுது இப்போ. சில சொற்கள் சரியாக நினைவில்ல. அணையப் போகும் விளக்குக்கு நெய் ஊற்றுபவள். விளக்கின் சுடர் அணைய விடாதவள். இப்படி ஏதோ...'

தனக்கு அந்த முதியவரை ஏறெடுத்துப் பார்க்குமளவுக்கு துணிவில்லை என இளம்பெண்ணுக்குத் தோன்றியது. எனினும் அவள் மிகச் சிரமப்பட்டு அவர் மீதிருந்த பார்வையை அகற்றாதிருந்தாள். இளம்பெண் மெதுவாக முதியவரின் கைகளைப் பற்றிக் கொண்டாள்.

'ஐயாவோட வீட்டைப் போல எங்க வீட்டுல, அவ்வளவு வசதிகள் எல்லாம் இல்ல. பகல் நேரத்துல வீட்டுல யாரும் இருக்கிறதுமில்லை. ஐயா மனசை சமாதானப்படுத்திக்குங்க. மகன் ஐயாவை நேசிக்கிறார். மகன்கள் அப்படித்தான். அன்பை வெளிக் காட்டிக்கிறதில்ல.'

'நாங்க எங்கேயாவது வெளியே போகலாம் மகள்.'

'மகன்கிட்டயும் சொல்லிட்டுப் போகலாம் ஒருநாள்.'

'மகன்கிட்ட சொல்லிட்டுப் போகக் கிடைக்காது மகள். அக்கா கூட வெளியே எங்காவது போயிட்டு வரட்டுமான்னு நான் நேத்து மகன்கிட்ட கேட்டேன். அவனுக்கு இஷ்டமில்ல. வேணாம்னுட்டான். மகளை அறிமுகப்படுத்திக்கவும் அவனுக்கு விருப்பமில்ல. பொஞ்சாதியைப் போல என்னை வாசலுக்குப் பக்கத்துல விடுறதுமில்ல. நிறைய சட்ட திட்டங்கள்.'

'மகன் வாசலுக்குப் பக்கத்துல கூட்டிட்டு வரலைன்னா, மனசை சமாதானப்படுத்திக்கிட்டு ஐயா வீட்டுக்குள்ளேயே இருங்க. நான் வர்ரேன்ல? சாயங்காலம் வேலை முடிஞ்சு போறப்ப இங்க வந்து என்னைக் கூட்டிட்டுப் போங்கன்னு என்னோட அண்ணாக்கிட்ட சொல்லி வைக்கிறேன்.'

'அப்படீன்னா இங்கிருந்து போன் பண்ணி இன்னிக்கும் வரச் சொல்லுங்க.'

அவள் சமைத்தாள். முதியவர் கூற வேண்டியதையெல்லாம் கூறி முடித்து, அவருக்கு தூக்கக் கலக்கம் வரும் வரைக்கும் அவள் அவரது குரலைச் செவிமடுத்துக் கொண்டிருந்தாள். இளைஞன் வந்து முதியவரை படுக்கைக்குக் கூட்டிப் போனான். இளம்பெண் கட்டிலருகே சென்று முதியவரின் தலையைத் தடவிக் கொடுத்தாள். முதியவர் இரு விழிகளையும் மூடிக் கொண்டார்.

'மகள் இப்ப போங்க. இருட்டிடும். அண்ணாவுக்கு வரச் சொல்லியிருக்கீங்கதானே?'

'ஆமா.'

இளைஞன் அவ்வளவாக அவளைக் கவனத்தில் கொள்ளவில்லை. அவ்வளவாக புன்னகைக்கவுமில்லை. 'ஐயாவின் உடல்நிலை முன்பை விடவும் இப்போது பலவீனமாக இருக்கிறது' என அவளுக்குத்

தோன்றியது. இளம்பெண்ணின் சேலைமுனை முதியவரின் தோளைத் தொட்ட கணத்தில் முருகக் கடவுளின் சரவணப் பொய்கை தொட்டதன் இதத்தைத் தான் உணர்வதாக முதியவருக்குத் தோன்றியது. முதியவர் முருகக் கடவுளை மிகவும் நேசித்தார்.

‘அழகிய கடவுள். தூக்கம் வராத நேரங்களில் முருகக் கடவுள் எனக்கு தனது கரங்களால் காற்று விசிறுவதாக நினைத்துக் கொள்வேன். மனுஷியும் போய் விட்டதால் என்னால் இனி மகளை நினைத்துக் கொள்ள முடியும்.’

அவள் நுழைவாயிலைத் தள்ளித் திறந்து முற்றத்தில் பிரவேசித்து வீட்டுக்குள் நுழைந்தாள். யாரும் தென்படவில்லை. பல தடவை அழைத்துப் பார்த்தாள். யாருமே வெளியே வரவில்லை. இளம்பெண் முதியவரின் படுக்கையறை நோக்கிச் சென்றாள். முதியவர் மிகச் சிரமத்தோடு சுவாசித்துக் கொண்டிருந்தார். முதியவர் கண்மூடியிருந்தார்.

‘ஐயா’

முதியவர் விழிகளைத் திறக்கவில்லை.

‘மகள்.’

முதியவர் விழிகளைத் திறக்காமலேயே மெதுவாக முணுமுணுத்தார். அவள் கட்டிலருகே நிலத்தில் அமர்ந்து கொண்டாள்.

‘சில நாட்கள் அப்பா இப்படித்தான்.’

இளைஞன் எங்கிருந்தோ வெளிப்பட்டான்.

‘ஏதாவது சாப்பிட்டாரா?’

‘ஊட்ட முடியல. பயப்பட்டு பிரயோஜனமில்லக்கா. டாக்டர்ஸ் சொன்னதை விட கூட காலம் அப்பா வாழ்ந்துட்டார். அக்கா

கதிரையில உட்காருங்க.'

இளைஞன் கட்டிலருகே இருந்த கதிரையொன்றில் அமர்ந்தவாறு முதியவரையே பார்த்துக் கொண்டிருந்தான். இளம்பெண் இருந்த இடத்திலிருந்து அசையாதிருந்தாள்.

'சித்தி?'

'திரும்ப வர மாட்டார்.'

'சொன்னா வருவார்ல?'

'வந்து என்ன செய்யப் போறா? நாந்தான் இருக்கேன்ல?'

'தம்பி... ராத்திரி தனியா?'

'இல்ல... நான் சமையல் வேலைக்கும் சேர்த்து ஒருத்தனை உதவிக்கு கூட்டி வந்திருக்கேன்.'

'நான் நாளைக்கு காலைல வரேன்'

'அக்கா சிரமப்படத் தேவையில்ல.'

இளைஞன் தேவையில்லை என்று கூறிய போதிலும், அவள் மறுநாள் விடிகாலையிலேயே வந்து விட்டிருந்தாள்.

'இப்போ ஐயாவுக்கு எப்படியிருக்கு தம்பி?'

'குறைந்திருக்கு... இன்னும் தூங்கிட்டிருக்கார்.'

இளம்பெண்ணுக்கு முதியவரின் வீட்டில் சொற்ப நேரம் கூட தரித்திருக்க அனுமதி கிடைக்கவில்லை.

'உள்ளே போய் கொஞ்சம் பார்த்துட்டு போகட்டுமா?'

இளைஞன் எதுவும் கூறவில்லை. இளம்பெண் முதியவரின் அறைக்குள் சென்று அவரையே பார்த்துக் கொண்டிருந்தாள்.

அணையப் போகும் விளக்குக்கு நெய் ஊற்றுபவள். விளக்கின் சுடர் அணைய விடாதவள். முதியவர் கண் திறக்கவில்லை.

'அக்கா கிளம்புங்க. ஸ்கூலுக்கு போகணும்ல? இன்னிக்கு திரும்ப வர வேணாம். நாளைக்கு வந்தாப் போதும். இப்ப குறைஞ்சிருக்குதானே.'

மறுநாளும் அவள் அந்தத் தெருவில் நடந்தே வந்தாள். அது முதியவர் வழிபார்த்திருந்த பாழடைந்த தெரு. அந்த அமைதியான நிழல் தெருவில் நடந்து வந்தாள். சோர்ந்திருந்த கண்களைக் கொண்டு புன்னகைக்கும் அந்த இளம்பெண், பூரித்த விழிகளைக் கொண்ட அம் முதியவரைத் தேடி வந்தாள். முதியவரருகே இருந்த நுழைவாயில். ஆங்காங்கே மரங்கள் வீற்றிருந்த வீட்டுத் தோட்டம். அவை அன்றும்கூட இளம்பெண்ணையே பார்த்திருந்தன. இளம்பெண் வரும்வரை காத்திருந்தன.

நுழைவாயிலருகே அந்தப் பாழடைந்த தெருவில் அன்று மனித நடமாட்டம் அதிகமிருந்தது. நுழைவாயிலருகேயும், முற்றத்திலும், முன்னாலிருந்த தெருவின் இருமருங்கிலும், பலவிதமான வாகனங்கள் பலவும் நிறுத்தப்பட்டிருந்தன. அந்த முற்றத்தில் பலதரப்பட்ட மனித உடல்களும் அங்கிங்கென அசைந்து கொண்டிருந்தன. நிறைந்த சனக்கூட்டம். இளம்பெண் வரும்வரைக்கும் காத்துக்கொண்டிருந்த நுழைவாயிலுக்கு மேலால், வீசிக் கொண்டிருந்த மெல்லிய தென்றலுக்கு வெண்ணிறத் துணி அசைந்து கொண்டிருந்தது. பலவித பதாகைகளால் முதியவரின் வீட்டு முற்றம் நிறைந்திருந்தது.

'பேராசிரியர் சந்திரன் கருணாரத்தினம் அவர்களின் மறைவு குறித்து எமது ஆழ்ந்த அனுதாபங்கள்'

இளம்பெண் நுழைவாயிலருகே நின்றுகொண்டாள். அந்த

முதியவரைக் காணவில்லை. நடுத்தர வயதைக் கடந்து கொண்டிருக்கும் பெண்மணி, சவ வீடு முழுவதும் அந்த இளம்பெண்ணைத் தேடிக் கொண்டிருந்தாள். அவள் வந்திருக்கக் கூடுமென, நடுத்தர வயதைக் கடந்து கொண்டிருக்கும் பெண்ணுக்குத் தோன்றியது. அவளிடம் கூற அவளிடம் நிறைய இருக்கிறது.

பலதரப்பட்ட மனிதர்களும், பலதரப்பட்ட விடயங்களை அங்கே செய்து கொண்டிருந்தார்கள். சிலர் தேநீர் குவளைகள் கொண்ட தட்டுக்களை ஏந்தியவாறு நடக்கையில், சிலர் குளிர்பானங்கள் கொண்ட தட்டுக்களை ஏந்தியவாறு நடக்கையில், சிலர் பொலீத்தீனை வெட்டிக் கொண்டிருக்கையில், சிலர் அவர் செய்த சேவைகளைக் குறித்து உளறிக் கொண்டிருந்தார்கள். சிலர் உரையாடிக் கொண்டிருந்தார்கள். அந்த முற்றத்துக்கும், அந்த வீட்டுக்கும், அந்த சுவர்களுக்கும், அவை அனைத்துக்கும் பல உரிமையாளர்கள் தோன்றியிருந்தார்கள். அந்த முதியவரை மட்டும் காணவில்லை. அந்த சக்கர நாற்காலியும் தென்படவில்லை. அந்த இளம்பெண் அறிந்திருந்த எந்த முகத்தையும் அங்கு காணக் கிடைக்கவில்லை. அணையப் போகும் விளக்குக்கு நெய் ஊற்றுபவள். விளக்கின் சுடர் அணைய விடாதவள்.

இளம்பெண் முன்னே நடந்தாள். மெதுமெதுவாக நுழைவாயிலைக் கடந்து தெரு வழியே முன்னே நடந்தாள். அந்த முதியவர் நுழைவாயிலருகே இருக்கிறாரா என திரும்பிப் பார்த்தாள். முதியவர் இருக்கவில்லை. அவளது இரு பாதங்களும் பலவீனமடைந்து விட்டதைப் போல உணர்ந்தாள். அவள் தரித்திருக்கவில்லை. மீண்டும் திரும்பிப் பார்க்காது நடந்து கொண்டேயிருந்தாள்.

அதன்பிறகு அவள் ஒருபோதும் அந்தத் தெருவில் செல்லவேயில்லை. எனினும் அந்தப் பாதையில் திரும்பத் திரும்பத் திரும்ப நடந்து அவரைத் தேட வேண்டுமென அவளுக்கு தினந்தோறும் தோன்றிக் கொண்டேயிருந்தது. அவ்வாறு போகும்போது அந்த முதியவர் அந்தத் தெருவின் இடைநடுவே அந்த நுழைவாயிலினருகே அமர்ந்து பார்த்துக் கொண்டிருப்பாரானால்?! என அவளுக்குத் தோன்றியது. எனினும் அவள் மீண்டும் ஒருபோதும் அந்தத் தெருவில் செல்லவேயில்லை.

சந்தனி ப்ரார்த்தனா

சிங்கள மொழியில் சிறுகதைகளையும், கவிதைகளையும் எழுதி வரும் பெண் எழுத்தாளரான சந்தனி ப்ரார்த்தனா ஒரு ஓவியக் கலைஞரும், ஊடகவியலாளரும் ஆவார். தற்போது இலங்கையின் பிரபல தொலைக்காட்சியொன்றில் நிகழ்ச்சித் தொகுப்பாளராகக் கடமையாற்றி வரும் இவரது இலக்கியப் படைப்புகள் விரைவில் தொகுப்புக்களாக வெளிவரவிருக்கின்றன.

மரணம்

சந்தனி ப்ரார்த்தனா

சூரியன் நெருப்பாய் தகித்துக் கொண்டிருந்தது. அந்நெருப்பில் சுற்றுச்சூழலும் எரிந்து கொண்டிருந்தது. அவள் சுற்றிவரவும், கீழேயும் பார்த்தாள். தீப்பிடித்த நகரமானது, அவளைவிடவும் கீழே, பாடசாலைமை தானத்தையும் தாண்டி, மற்று மொருபாடசாலைக் கட்டடத்தையும் கடந்து வியாபித்திருந்தது. தெருவில் வாகன நெருக்கடி. பாதசாரிகள் கடக்க மஞ்சள் குறுக்குக்கோடு. வாகனங்களின் ஹார்ன் ஓசை. பாதையின் இருமருங்கிலும் பாடசாலைச் சீருடைகளணிந்த மனிதப் பிராணிகள். மஞ்சள் குறுக்குக் கோட்டருகே போலிஸ் அதிகாரியொருவர் கடமையிலிருந்தார். அவர் ஒருகரத்தை உயர்த்தியதும் சடுதியாக விரைந்த ஒரு குழு தெருவைக் கடந்தது.

அவள் மேலே பார்த்தாள். தெளிந்த நீல ஆகாயத்தில் பறவைக் கூட்டமொன்று அரைவட்டத்தில் பறந்து கொண்டிருப்பதை அவள்

கண்டாள். அவளது இடக்கைப் பக்கமாக வானத்தில் கண்ணைக் குருடாக்கும் விதத்தில் சூரியன் காய்ந்து கொண்டிருந்தது. அவள் அத்திசையைப் பார்க்காதிருக்க முயற்சித்தாள். அவள், அந்நகரத்துக் குமுதுகைக் காண்பித்து, பாடசாலையைப் பார்த்தவாறு நின்று கொண்டாள். தொடர்ந்து தனதிரு விழிகளையும் மூடிக்கொண்டாள்.

பறவைக் கூட்டம் தனது பறத்தலைப்பூர்த்தியாக்கி, அக்கட்டட உச்சிக்கு மேலால் ஆகாயத்தை நெருங்கிக் கொண்டிருந்தது. சரியாக அக்கணத்தில்தான் அப்பாடசாலையின் ஏழுமாடிக்கட்டடத்தின் உச்சியிலிருந்து எண்பதுகிலோ மனித உடலொன்று பாடசாலைமை தானத்தின் மீது விழுந்தது.

***

எங்கும் பேரமைதி நிலவியது. தலையுயர்த்திப் பார்க்கையில் கண்களைக் குருடாக்கிவிடும் விதத்தில் சூரியன்காய்ந்து கொண்டிருந்தது. தரையில், பாடசாலைச் சீருடையால் மூடப்பட்ட, உருவமும் உயிருமற்ற ஒருடல். சூழவும் பரந்திருந்த சதைத் துணுக்குகள்.

திடீரெனதி கைப்பைப் பிரதிபலிக்கும் ஓசைகள் எழுந்தன. போர்த்தப்பட்டிருந்த அமைதியெனும் போர்வை அதனால் கலைந்தது. தொடர்ந்து அமைதியைக் குலைத்தவாறு ஒப்பாரி ஓசைகள் மேலெழுந்தன. ஆங்காங்கே கட்டடத்தின் ஒவ்வோரிடத்திலிருந்தும் வெளிறிய முகங்கள் கீழேநோக்கின. மைதானத்தை நோக்கி ஓடிவந்து, சடலத்தை விட்டும் சற்றுத்தள்ளி நின்று கொண்டார்கள் சிலபார்வையாளர்கள். தொலைபேசி உரையாடல்கள் நிகழ்ந்தன. நகரத்தின் வாகன நெருக்கடியை ஊடறுத்தவாறு ஆம்புலன்ஸ் வண்டி வந்து நின்றது. படுக்கை வெளியே எடுத்து வைக்கப்பட்டது. பயிற்றப்பட்ட கரங்கள் உயிரற்ற

உடலைத் தூக்கி வைத்து போர்வையொன்றால் மூடின. ஆம்புலன்ஸ் வண்டி புறப்பட்டது. இன்னும் மைதானத்தில் காய்ந்து கொண்டிருந்தன இரத்தமும், சதைத் துணுக்குகளும்.

போலிஸ் வந்தது. மஞ்சளும், கறுப்பும் கோடுகளிட்ட பொலிதீன் கீற்றுக்களால் அந்த இடத்தைவளைய மிட்டது. அவசரமாக அழுத்தப்படும் தொலைபேசி எண்கள். விடாது ஒலிக்கும் தொலைபேசிகள். எங்கும் தொடர்ந்தன தொலைபேசி உரையாடல்கள்.

இவ்வாறாக, பாடசாலைக் கட்டடத்தின் உச்சியிலிருந்து கீழே குதித்தமாணவி, பற்றியெரிந்து கொண்டிருந்த நகரத்தின் மீது பெற்றோலை ஊற்றியிருந்தாள்.

***

‘என்னோட தங்கமகளுக்கு எந்தப் பிரச்சினையும் இருக்கல... எப்பவும் போலத்தான் காலையில ஸ்கூலுக்குப் போனா... நேத்து நடனப் பயிற்சிக்கு ஆயிரம் ரூவாவேணும் அம்மான்னா. எங்கிட்ட இருக்கல.. அதனால நாளைக்குத் தரேன்னு சொன்னேன்... ஐயோ.. அதுக்கப்புறம் என்ன நடந்துச்சுன்னு எனக்குத் தெரியலயே.. ஸ்கூல்லருந்து என்னோட வேலைத் தளத்துக்குக் கூப்பிட்டுச் சொன்னதும் தான் எனக்கே விவரம் தெரியவந்துச்சு... ஐயோ....’

***

‘மத்தியானம்தான்... ஆமா... மிஸ் அவளைத் திட்டினாராம். அவள் ஒரு பிள்ளையோட ஆயிரம் ரூவாயைத் திருடிட்டாளாம்...’

‘அவளுக்கொரு காதலனும் இருக்கானாம்ல...’

‘நாந்தான் முதல்லமைதானத்துக்கு ஓடிப்போனேன்... காணச்சகிக்கல... முகத்தோட ஒரு பக்கம் நசுங்கிப் போயிருந்துச்சு... கண்களும் திறந்திருந்துச்சு...’

'ஐயோ... இந்தப்பிள்ளை தேடிக்கிட்ட வினை...'

'ஹேய்... அந்தப்பிள்ளை ஸ்கூலுக்கு மொபைல் ஃபோனொண்ணு கொண்டு வந்து அகப்பட்டாளா?'

'நிஜமா அந்தப் பிள்ளை காசு திருடியிருந்தாளா?'

'தெரியலை ஐயோ... தெரியலை '

'இப்படிச் செத்துப்போனவங்க பேயா அலைவாங்களாம்ல?'

'அது ஏழுநாள் ஈமச் சடங்குகளை ஒழுங்காச் செய்யலைன்னாத் தான்!'

***

பாடசாலைக் கட்டடத்தின் உச்சியில், ஆகாயத்தை நோக்கியிருந்த மொட்டை மாடியில் ஒரு பழையகதிரை. அதன் ஒரு கால் பாதத்தின் கீழே காற்றில் பறந்து சென்றிடா வண்ணம் வைக்கப்பட்டிருந்தது ஒரு கடிதம். அதில் இருந்தன இரண்டுவரிகளும், கண்ணீர்த்துளி யொன்றும்.

நான் பணம் திருடவில்லை அம்மா..

என்னை மன்னியுங்கள்..!

***

'சரி...

மிஸ் சொல்லுங்க இன்னிக்கு பகல் என்ன நடந்துச்சுன்னு...'

'ஸ்கூல் நேரத்துக்குப் பிறகு வைக்கப்படுற புலமைப்பரிசில் வகுப்புல அந்த நேரம்நான் படிப்பிச்சுட்டு இருந்தேன். திடீர்னு ஜன்னலுக்குப் பக்கத்துல ஏதோவிழுறது போலக்கண்டேன். என்னன்னு ஜன்னலால எட்டிப்பார்த்தா... ஐயோ என் உடலே

சிலிர்த்துப் போயிடுச்சு. என்ன நடந்ததுன்னு சுய நினைவுக்குவர்றதுக்கே எனக்கு கொஞ்சம் நேரம் எடுத்துச்சு. நான் மெதுமெதுவா படிக்கட்டுல இறங்கி அந்த இடத்துக்கு நடந்து போனேன். அங்கே இந்த மாலா மிஸ்ஸும், கீதா மிஸ்ஸும் முன்னாடியே வந்திருந்தாங்க. ஸ்கூல் பிள்ளைங்க கொஞ்சம் பேரும் வந்திருந்தாங்க. அவங்க முகங்கள்னா இப்ப நினைவுக்கு வரல. இந்த காசு திருடிய விஷயம் பத்தி எனக்கு ஒண்ணும் தெரியாது சார். அதை அந்த வகுப்புக்குப் பொறுப்பாயிருக்கும் ஜெயந்தி மிஸ் கிட்டதான் கேட்கணும்...'

'எங்க அந்த ஜெயந்திமிஸ்? ஜெயந்தி மிஸ் சொல்லுங்க என்ன நடந்துச்சுன்னு..'

'நேத்து பின்னேரம் ஸ்கூல் விடப் போற சமயம் பன்னிரண்டாம் வகுப்புப் பிள்ளைகள் கொஞ்சம் பேர் என்னை சந்திக்கன்னு ஸ்டாஃப்ரூ முக்கு வந்தாங்க. வகுப்புல ஒரு பிள்ளையோட ஆயிரம் ரூபா வைக்காணலன்னு சொன்னாங்க. அதனால நான் அந்த வகுப்புக்குப் போனேன். போறப்போ ஸ்கூல்விடுற மணியடிச்சது. 'எல்லோரோட புத்தகப் பைகளையும் பரிசோதிக்கணும்... அதனால யாரும் போயிடாதீங்க'ன்னு உத்தரவிட்டேன். தொடர்ந்து வகுப்புப் பிள்ளைகளை வரிசையா நிக்க வச்சு அவங்களோட புத்தகப் பைகளைப் பரிசோதிச்சேன். இந்தப் பிள்ளைவரிசையின் கடைசில நின்னுட்டிருந்தா. கொஞ்சம் சஞ்சலத்தோடு இருக்குற மாதிரித் தெரிஞ்சது... எப்படியோ அந்தப் பிள்ளையோட புத்தகப்பையிலிருந்து ஆயிரம் ரூபா கிடைச்சது.. ஆகவே நான் மற்றப் பிள்ளைகளை வீடுகளுக்குப் போகச் சொன்னேன். இந்தப் பிள்ளை அந்தக் காசு தன்னோட துன்னே சொன்னா.. பிறகு நான் அந்த ஆயிரம் ரூபாவையும் அவகிட்டயே கொடுத்து வீட்டுக்குப் போகச் சொன்னேன்..'

'அப்போ இந்தப் பிள்ளைகள் எல்லோரும் ஏதோ மொபைல் ஃபோன் விவகாரம்னு சொல்றாங்க... அது என்னமிஸ்?'

'நானும் கூட அந்த மாதிரியொரு கதையை இன்னிக்கு, இந்தச் சம்பவம் நடக்குறதுக்குக் கொஞ்சம் முன்னாடி கேள்விப் பட்டேன். ஆனா நான் புத்தகப் பையைப் பரிசோதிச்ச நேரம்னா அவகிட்ட எந்தவொரு ஃபோனும் இருக்கல...'

***

இது எஃப். எம் ரேடியோ. செய்தி குறுந்தகவல் சேவை. அசுப செய்திகளை உங்களிடம் முதலில் கொண்டு வருவது நாங்கள் தான். மேலும் மேலும் செய்திகளை உடனடியாகத் தெரிந்து கொள்ள தொடர்ந்தும் எம்மோடு இணைந்திருங்கள். மாலை ஆறுமணி, இரவு ஏழுமணி, இரவு எட்டுமணி ஆகிய நேரங்களில் செய்திகளை எமது தொலைக்காட்சி சேவையிலும் கண்டுகளியுங்கள்.

***

'பிள்ளை வீட்டுக்கு வந்து ஒண்ணும் சொல்லலையா அம்மா? ஸ்கூல்ல இப்படியெல்லாம் நடந்துச்சுண்ணு ஏதாவது?'

'ஐயோ இல்லை ஐயா... நேத்து வீட்டுக்கு வந்தது மேதலை வலிக்குதுன்னு சொல்லிட்டுப் படுத்து கிட்டா... ஐயோ என்னோட மகள்... உடல் பருமன் அதிகமாயிடுச்சுன்னு எப்பவும் மனவருத்தத் தோட இருந்தா... இப்போ நடனப் பயிற்சியெல்லாம் செய்றதால பருமன் குறைஞ்சிடும்னு அவளோட அப்பாவும் சமாதானப் படுத்தினார்...'

***

'என்னது? திருட்டா? என்மகளா? ஐயோ என்னோட மகள் அப்படிப் பட்டவளில்ல... ஐயோ இது அவதூறு..' என்று கதறிய

அம்மா மயங்கி விழுந்தாள்.

'மகளுக்கு இன்னிக்கு மாலை வகுப்பிருந்தது... அதான் அவளைக் கூட்டிட்டுப் போக வந்தேன்... என்ன ஸ்கூல்ல ஒரே கூட்டமாயிருக்கு?'

'ஒரு பிள்ளை மாடியிலிருந்து குதிச்சிட்டா!'

'ஆ! செத்துட்டாளா?'

'செத்துட்டாளாவா? குதிச்சது ஏழாம் மாடியிலிருந்து..'

'எதுக்காகக் குதிச்சிருக்கா?'

'ஏதாச்சும் காதல் பிரச்சினையிருக்கும்... சரியாத் தெரியல என்னன்னு...'

***

பாடசாலை வளாகத்தினுள்ளே கேமராக்கள். வாயிலருகிலிருந்தே முண்டியடித்து நுழையப்பார்க்கும் கேமராக்கள். எவருக்கும் உள்ளேவர அனுமதியில்லை. பாடசாலை மதிலுக்கு வெளியே விழித்துக் கொண்ட கண்களோடும், கூர்ந்து கவனிக்கும் செவிகளோடும் ஒரு நகரம். தகவல்களுக்கு சிறகுகள் முளைத்து மதிலைத் தாண்டிப் பறக்கின்றன. கைத்தொலைபேசி கேமராக்கள் ஒளிப்பதிவு செய்து கொள்கின்றன. முகப்புத்தக, வாட்ஸப் பரிமாற்றங்கள். எதிலும் செத்துப் போன மாணவியின் புகைப்படங்கள். விழுந்து இரத்தம் காய முன்பு எடுக்கப்பட்ட புகைப்படங்கள். செய்தி இணையத்தளங்கள் விழித்துக்கொள்கின்றன.

'மாணவி தற்கொலை செய்து கொண்டதற்கான காரணம் இன்னும் கண்டுபிடிக்கப் படவில்லை. காதல் தொடர்பு காரணமாக இருக்கலாமென சந்தேகிக்கப்படுகிறது.'

தகவல்கள் பறக்கின்றன. வழமைபோலவே தெருவில் வாகன நெருக்கடி. ஆனால் ஏனைய நாட்களைப் போல எவரிடமும் முணுமுணுப்பில்லை. ஓரிரு மணித்தியாலங்களுக்கு முன்பு ஒருமாணவி விழுந்து செத்துப் போன பாடசாலையினருகே வாகனக் கண்ணாடிகள் கீழிறக்கப்படுகின்றன. ஆர்வமிக்க விழிகளின் கேள்விகளைப் புரிந்து கொண்ட பாடசாலை மதிலருகே நின்றிருக்கும் விழிகள் அவைகளை நெருங்குகின்றன.

***

'இந்தப்பிள்ளை அவ்வளவாகக்கதைக் குறபிள்ளையில்ல... கூட்டாளிகளும் அவ்வளவா இல்ல... அவளோட உடல் பருமனை வச்சு வகுப்புல பிள்ளைகள் எல்லோரும் அவளைக் கிண்டல் பண்றதா அண்மையில் கேள்விப்பட்டேன். நல்லாப் படிப்பா.. ஓவியமெல்லாம் ரொம்ப நல்லாவரைவா.. கொஞ்ச நாட்களுக்கு முன்னாடி வேற வகுப்புப் பிள்ளைகளோட பாடசாலை வேலைகளுக்காகவும் ஓவியம் வரைஞ்சு கொடுத்திருந்தா. நடன வகுப்புகள்ல அவ பங்கெடுத்துக்க ஆரம்பிச்சதுக்கப்புறம் தான் வகுப்புல அவளையும் வரவேற்க ஆரம்பிச்சாங்க.. ஆனா பெருசா எதுக்கும் பாய்ஞ்சு ஓடி வர்றபிள்ளையில்ல அவள்....'

'சரி... இன்னிக்குஎன்னநடந்துச்சு?'

'இன்னிக்கும் பிள்ளைகள் நேத்து நடந்த பிரச்சினையோடு தான் இருந்தாங்க. இந்தப் பிள்ளை காலையிலேயே வகுப்புக்கு வந்திருந்துச்சு. நான் வகுப்புக்கு வந்தப்ப அதுவும் சாதாரணமாத்தான் இருந்துச்சு. மதிய உணவு இடைவேளைக்கு முன்னாடி வகுப்புல சில பிள்ளைகள் என்னைக் காண வந்திருந்தாங்க. நேத்து இந்தப் பிள்ளையோட நடவடிக்கை சந்தேகத்துக்குரியதா இருந்துச்சுன்னும், இவள் அந்தக் காசு காணாமல் போன பிள்ளையோட புத்தகப்பைக்குக்கிட்ட நின்னுட்டிருந்ததை கொஞ்சம் பேர்

கண்டதாகவும், நான் புத்தகப் பையைப் பரிசோதிக்குறதுக்கு முன்னாடி அவ மொபைல் ஃபோன் ஒண்ணு வச்சிருந்ததாவும் அவங்க சொன்னாங்க. நான் அவங்க பேச்சைக் கண்டுக்கல.. ஏன்னா நான் பார்த்தப்போ அவளோட புத்தகப்பையில எந்த ஃபோனும் இருக்கல.. எனக்கு இந்தப் பிரச்சினையை எப்படியாவது தீர்த்துட்டாப் போதும்னு இருந்துச்சு.. அந்தப் பிள்ளைக்கிட்ட அப்புறமாப் பேசிக்கலாம்னு நெனச்சேன்.. வந்திருந்த பிள்ளைகள் கிட்ட அவள்தான் திருடினான்னு நமக்கு உறுதியாச் சொல்ல முடியாதுன்னு சொன்னேன்...

அந்தப் பிள்ளைகள் வகுப்புக்குப் போனாங்க.. நான் கொஞ்ச நேரத்துக்குப் பிறகு அந்த வகுப்புக்குப் போறப்போ வகுப்புல ஒரேசத்தம். எல்லாப் பிள்ளைகளும் நின்னுட்டிருந்தாங்க. இந்தப் பிள்ளை மாத்திரம் மேசையில் தலைவச்சுப் படுத்துட்டிருந்தா. பிள்ளைகள் எல்லோரும் அந்தப் பிள்ளையைத் திருடின்னு சொல்லிட்டிருந்தாங்க. ஒண்ணும் செய்ய இயலாத பட்சத்துல நான் சொன்னேன்... இந்தப் பிள்ளைதான் திருடினான்னு நினைக்குறவங்க கையைத் தூக்குங்கன்னு.. வகுப்புல எல்லாப் பிள்ளைகளுமே கையைத் தூக்கினாங்க.

இந்தப்பிள்ளை தலையைத் தூக்கி அவங்க எல்லோரையுமே பார்த்துச்சு.. மதிய உணவு இடைவேளைக்குப் பிறகு எல்லாப் பிள்ளைகளும் லைப்ரரிக்குப் போயிட்டாங்க... நான் இந்தப் பிள்ளைக்கிட்ட எதுவும் கேட்கவோ, பேசவோபோகல பிள்ளைகதைக்கக் கூடிய நிலைமைல இருக்கலங்குறதால...'

'அப்போ நேத்து... இந்தப் பிள்ளையோட புத்தகப் பையிலிருந்து ஆயிரம் ரூபாயைக் கண்டெடுக்குறப் போவகுப் புலமற்றப் பிள்ளைகளும் அங்கேயிருந்தாங்களா?'

'ஆமா... மொத்த வகுப்பும் அங்கிருந்துச்சு...'

பேரமைதி எங்கும்!

'நான் இந்தப் பாடசாலையுடைய அதிபர் என்பதால் இந்த நிகழ்வைப் பற்றிதற் போது என்னால் எதுவும் கூற முடியாது. போலிஸ் விசாரணை நடத்திக் கொண்டிருக்கிறது. எனது சேவைக்காலத்தில் நான் முகம் கொடுக்க நேர்ந்துள்ள மிகவும் துரதிர்ஷ்டவசமான சம்பவம் இதுதான்.

***

என்னது? எதற்கு ஆசிரியர்களைத் திட்டுறீங்க? நாந்தான் சொல்றேன்ல..போலிஸ் இன்னும் காரணத்தைக் கண்டு பிடிக்கலன்னு... என்னது? யார் நீங்க? எந்த மீடியாலருந்து? வெளியே போங்க... இப்ப எங்களுக்கிருக்குற முக்கியமான வேலை, மீடியாக்களுக்கு பதில் சொல்லிட்டிருக்கிறதில்ல...'

***

வகுப்பாசிரியையோடு வகுப்பில் மொத்தம் முப்பது பேர். மற்றும் சடலமொன்று. கதைக்க முடியாத சடலம் குறித்துக் கூறப்படும் கதைகள் முப்பது.

'இப்ப இங்க பெயர் கூப்பிடுற வரிசைப் பிரகாரம் ஒவ்வொருத்தரா வந்து அவங்களுக்குத் தெரிஞ்சதெல்லாம் சொல்லணும்... அவரை, இவரைக் காப்பாத்தணும்னு பொய்யெல்லாம் சொல்லக்கூடாது... தெரியும்தானே? ரொம்பப் பாரதூரமான சம்பவமொண்ணு நடந்திருக்கு... உங்களைப் போல ஒருத்தரோட உயிர்போயிருக்கு.. அவருக்காக நாங்க உண்மையைக் கண்டுபிடிக்கணும்..'

*

‘நேத்து பின்னேரம் சுபாஷிணியோட ஆயிரம் ரூபாயைக் காணல்ல. அதை நாங்கபோய் ஜெயந்தி மிஸ் கிட்ட சொன்னதும் அவர் வந்து எல்லா பைகளையும் பரிசோதிச்சார். இவளோட பையிலருந்து ஆயிரம் ரூபா அகப்பட்டுச்சு.. நாங்கஸ் கூல்விட்டு வீட்டுக்குப் போயிட்டோம்... நேத்து பணம் காணாமப் போறதுக்கு முன்னாடி இவள் சுபாஷிணியோட பைக்குப் பக்கத்துல நின்னுட்டிருந்தா.. அவகிட்ட ஒரு ஃபோன் இருக்குறதையும் கொஞ்சம் பேர் கண்டிருக்காங்க.. அதையும் நாங்க மிஸ்கிட்ட சொன்னோம்... ஆனா அவள் என்ன செஞ்சாலும் மிஸ்ஸுக்கு அவள் மேல தான் நம்பிக்கை அதிகம்....’

‘அவளுக்கொரு காதலன் இருக்கான்னு சொல்ல முடியாது... அவள் அப்படியொண்ணும் அழகில்ல.... எங்ககிட்டயும் ஒண்ணும் சொன்னதில்ல. சொல்ற அளவுக்கும் நாங்க அவளோடு அவ்வளவா நெருக்கமான தோழிகளில்ல. அவள் எப்பவும் தனியாத்தான் இருப்பா. எப்பவும் படிச்சுட்டேயிருப்பா...’

*

‘என்னோட காசுதான் காணாமப் போச்சு... அப்பாதான் நேத்துகாசு கொடுத்தார்...’

‘அப்பா எதுக்குக் காசு கொடுத்தார்?’

‘ஒரு கிழமை கைச் செலவுக்கு...’

‘ம்ம்’

‘நான் எப்பவும் புத்தகப்பையோட உள்ளறையிலதான் காசை வைப்பேன். நேத்தும் அப்படித்தான். பகலுணவு வேளையில அந்தக்காசிருந்தது நினைவிருக்கு.. ஸ்கூல் விடப் போறப் போ வீட்டுக்குப் போறதுக்கு பஸ்ஸுக்குக்கா செடுக்கத் தேடினப் போதான் ஆயிரம்

ரூபா நோட்டைமட்டும் காணலம உடனே போய் ஜெயந்திமிஸ் கிட்ட சொன்னோம்... ஆனா அப்பவும் நான் இவங்ககிட்ட சொன்னேன் மிஸ் கிட்டயெல்லாம் இதைச் சொல்லத் தேவையில்ல... எங்களுக்கு இந்த ஆயிரம் ரூபாயெல்லாம் ஒரு பெரிய காசில்லன்னு... ஆனா வகுப்புல மற்றப் பிள்ளைங்கதான் மிஸ்கிட்ட சொல்லவே வேணும்னு சொன்னாங்க.. எங்களுக் குள்ளேயே ஒரு திருடி இருக்குறது ஒரு பிரச்சினைதானே... இல்லையா சார்?'

'சரி... அந்தப் பிள்ளை உங்க புத்தகப்பைக் கருகில நின்னுட்டிருந்ததாச் சொன்ன சமயத்துல நீங்க எங்க இருந்தீங்க?'

'நான் பக்கத்து வகுப்புல இருந்தேன்... அங்க போயிட்டு வர்றப்போ என்னோட புத்தகப்பை கீழவிழுந்து அந்தப்பிள்ளை அதை எடுத்து வச்சதா வகுப்புல இருந்த மற்றப் பிள்ளைகள் சொன்னாங்க...'

*

'சார் அந்தப்பிள்ளை இவங்கசொல்ற மாதிரி ஒரு பிள்ளையில்ல... அவள் ஓவியம் வரைவா புத்தகங்கள் வாசிப்பா... அமைதியான பிள்ளை... அவளுக்கு தோழிகள் யாருமேயில்லன்னு சொல்றது பொய்.. வகுப்பில எல்லோருக்குமே அவள் தோழிதான். அவள் எல்லோருக்கும் உதவிகள் செய்தாள். நேத்து என்ன நடந்துச்சுன்னு எனக்குத் தெரியல.. அம்மாவுக்கு சுகமில்லாததால நான் நேத்தும், இன்னிக்கும் ஸ்கூலுக்கு வரல... இந்த விஷயம் கேள்விப்பட்ட உடனே நான் அப்பாவைக் கூட்டிட்டு ஸ்கூலுக்கு வந்தேன்.. செத்துப் போயிட்டான்னு தெரியும்.. அவளுக்கு ரொம்ப அடிபட்டிருக்காசார்?

***

கறுப்பு நிறப் புத்தகப் பையொன்று. அதனுள்ளே புத்தகங்கள், குடையொன்று, ஒரு கடித உறைக்குள் மடிக்கப்பட்ட நிலையில் இரண்டு ஐநூறு ரூபாய்த் தாள்கள், பிரிக்கப்படாத உணவுப்

பார்சலொன்று. பையைக் கையிலேந்தி கண்ணீர் வடித்தவாறு அம்மா.

'ஐயோ மகளே... நீ இன்னிக்கு பட்டினியாவே இருந்தாயோ மகளே...?'

மரணத்தின் வீச்சம் எங்கும் பரவுகிறது.

***

'ஹலோ! ஹலோ! எடிட்டரா? அந்த ஸ்கூல் பிள்ளை குதிச்ச இடத்துலதான் நின்னுட்டிருக்கேன்... இல்லல்ல.. பாடியை அப்பவே எடுத்துட்டுப் போயிட்டாங்க நாங்க வர்றதுக்கு முன்னாடியே... மொபைல் ஃபோனொண்ணுல எடுத்த போட்டோ ஒண்ணுன்னா இருக்கு... சரி... சரி... 'மாணவி ஏழு மாடியிலிருந்து குதித்துத் தற்கொலை'ன்னு போடட்டுமா? சரி.. சரி!'

'தலைப்புச் செய்தி மாறுது... இதை எழுதிக்குங்க... வீடியோவும் இன்னும் கொஞ்ச நேரத்துல கிடைச்சிடும் தயாரா இருங்க... முதல் பக்கத்துலேயே பெரிசா போட்டுடலாம்...'

***

'சொல்லுங்க பிள்ளைகளே... இந்தச் செத்துப்போன பிள்ளை ஸ்கூலுக்கு ஃபோன் கொண்டு வந்த கதை என்னது? யார் அந்தக் கதையை முதலில் சொன்னது?'

வகுப்பாசிரியையோடு சேர்த்து மொத்தம் முப்பது பேர். மற்றும் சடலமொன்று. முப்பது வாக்கு மூலங்கள். மேலுமொன்று.

'சார்... எனக்கு உங்ககிட்ட ஒண்ணு சொல்லணும்...'

'இந்தப் பிள்ளை முன்னாடியும் சொன்னீங்க தானே?'

'சார்... நான் இப்ப சொல்லப் போறது மத்தப் பிள்ளைகளுக்குத் தெரிய வேணாம்'

'நீங்க கொடுக்கப் போறது வாக்கு மூலம்... அது உண்மையா இருந்தா உங்களுக்கு எந்தப் பிரச்சினையும் வராது பிள்ளை...'

'சார் அந்த ஃபோன் சுபாஷிணியோடது... அவ அதை வீட்டுக்குத் தெரியாம ரகசியமா வச்சுட்டிருக்கா...'

'அப்படீன்னா அந்த செத்துப்போன பிள்ளையும் அந்த ஃபோனை பாவிச்சுட்டிருந்தாளா?'

'எனக்குத் தெரிஞ்சளவுக்கு இல்ல சார்... காசு காணாமப் போச்சுன்னு சொல்லிட்டிருந்த சுபாஷிணி, மிஸ் வந்து பைகளைப் பரிசோதிக்குறதை விரும்பல...'

'ஆனா செத்துப் போன அந்தப் பிள்ளை ஃபோனைக் கையில வச்சுட்டிருந்ததைக் கண்டவங்களும் இருக்குறாங்க இல்லையா?'

*

'அப்படிச் சொல்றவங்களும் அவங்களேதான்... இல்லையா சார்?'

பின்னப்பட்ட கூந்தலின் நுனியைக் கோதி விடும் விரல்கள். மேசையில் சாய்ந்திருக்கும் ஒரு தலை. வேகமான, உஷ்ணப் பெருமூச்சு. முகத்தில் வழிந்தோடும் கண்ணீரும் மூக்குச் சளியும். தலையைக் கோதிவிடும் ஒருகரம்.

'அழாதே சுபாஷிணி... நீ தான் தப்பு பண்ணலையே...'

***

மைதானத்தின் இரத்தக்கறை மீது ஈக்கள் மொய்க்கத் தொடங்கியிருந்தன. காய்ந்த இரத்தக்கறைகள் மீது மணல் கொட்டப்பட்டது. சூரியன் மறையத் தொடங்கியிருந்தது. பார்த்துக் கொண்டேயிருந்ததில் சோர்ந்து போனவர்கள் கலைந்து சென்றார்கள். மிகுதியை இரவில் பார்க்கலாம். இரவுணவைச் சாப்பிட்டுக்

கொண்டே பார்த்துக் கொண்டிருக்கும் தொலைக்காட்சி செய்திகளில் பார்க்கலாம்.

அவரது தலை குனிந்திருந்தது. கையில் கைக்குட்டையொன்று. கண்ணீரால் ஈரலித்துப் போயிருந்த கைக்குட்டையொன்று.

'மகள் நேத்து காலையில எப்பவும் போலஸ் கூலுக்குப் போயிருந்தாசார்... போறதுக்கு முன்னாடி என் பொஞ்சாதிகிட்ட நடனப் பயிற்சியிருக்குன்னு ஆயிரம் ரூவா கேட்டிருக்கா... அவகிட்ட இருக்கல... அதனால நான் கொடுத்தேன் சார்... ஐநூறு ரூவா நோட்டு ரெண்டு கொடுத்தேன் சார்... லீவு முடிஞ்சதால நேத்தே வேலைக்குக் கிளம்பிப் போயிட்டேன் சார்... நேத்து காலையில மகள் ஸ்கூலுக்குக் கிளம்பிப் போனப்ப தான் மகளைக் கடைசியாக் கண்டேன்... எதுக்காக என் மகள் குதிச்சா சார்?'

***

மஞ்சள் நிற கடித உறையொன்று அங்கிருந்தது. உள்ளே ஐநூறு ரூபாய் நோட்டுக்கள் இரண்டு.

'காணாமப் போனது ஆயிரம் ரூபாய் நோட்டொண்ணுன்னு தானே சொன்னீங்க சுபாஷிணி?'

அங்கு பேரமைதி நிலவியது.

'இப்ப உண்மையை சொல்லணும்... நாங்க உனக்கு எந்தத் தொந்தரவும் தரமாட்டோம்... எங்களுக்கு உண்மையைத் தெரிஞ்சுக்கணும்... ஃபோன் உன்னோடதுன்னு நாங்ககண்டு பிடிச்சிட்டோம்... நிஜமாவே ஆயிரம் ரூபாகாணாமப்போச்சா? இல்லன்னா அதுபாரதூரம் தெரியாம நீ சொன்ன பொய்யா சுபாஷிணி?'

'ஃபோன் என்னோடதுதான் சார்... என் காசு எதுவும் காணாமப்

போகல… அந்தக்காசு… காசு… நான்… நான்காசுகாணாமப் போயிடுச்சுன்னு சொன்னதால இப்படியெல்லாம் நடக்கும்னு நெனச்சுக் கூடப்பார்க்கல சார்… எல்லோருமே அவளைத் திருடின்னு சொன்னப்போ நான் அமைதியா இருந்துட்டேன்… அதுதான் தப்பாயிடுச்சுசார்… ஐயோசார்… இந்த விஷயம் என் வீட்டுக்குத் தெரிய வேணாம் சார்… நான் அந்தக்காசை தருணுக்குக்கொடுத்தேன்னு தெரிஞ்சா வீட்ல என் தோலை உரிப்பாங்க சார்…!'

அரசிலைப் பதக்கம்

சந்தினி ப்ரார்த்தனா

உண்மையில் அவனது பெயரில் 'அரசிலைப் பதக்கம்' எனும் பகுதி இருக்கவேயில்லை. தாயத்தொன்றும், அரசமர இலையொன்றின் வடிவத்தில் பஞ்சாயுத மொன்றும் கறுப்பு நூலொன்றில் கோர்க்கப்பட்டு அவனது கழுத்தில் தொங்கிக் கொண்டிருந்ததனால் சில வேளை அவனுக்கு அந்தப் பெயர் வந்திருக்கக் கூடும். இல்லாவிட்டாலும் கூட யாராவது அவனிடம், அவனது பெயரென்ன வெனக் கேட்டிருந்தால் அவன் கூறும் பதிலானது 'அரசிலைப் பதக்கம்' எனத்தான் கேட்டிருக்கும்.

தீயெனப் பொசுக்கும் வெயிலைக் கைகளால் மறைத்தவாறு, அரசிலைப் பதக்கத்தின் அம்மாஅவனை இடுப்பில் சுமந்து கொண்டு தெருவைக் கடந்து மிஸிலின் நோனாவின் வீட்டுக்கு வருவாள். காலை பத்து மணியளவில் வரும் இந்தப் பயணமானது, தினந்தோறும் நிகழ வேண்டிய கடமையொன்று என்றே மிஸிலின்

நோனாவும் நினைத்தாள். அரசிலைப் பதக்கத்தின் அம்மா, மிஸிலின் நோனாவின் வீட்டுக்கு வந்து அரசிலைப் பதக்கத்தைக் குளிப்பாட்டுவாள். சவர்க்காரம், பவுடர் இடுவாள். வாசனை கமழும் அக் குழந்தையை மடியில் வைத்துக் கொள்ளும் மிஸிலின் நோனா அரசிலைப் பதக்கத்தின் அம்மாவோடு சின்னச் சின்ன ஊர்வம்புகளைக் கதைத்துக் கொண்டிருப்பாள்.

அரசிலைப் பதக்கத்துக்கு ஆறு வயதாகப் போகும் கால கட்டம் அது. ஆனால் இரண்டு வயதுக் குழந்தையின் மூளை வளர்ச்சி கூட அவனுக்கு இல்லாமலிருந்தது. கை, கால்கள் மிகவும் சிறியதாகவும், சுருண்ட தலைமயிரையும் கொண்டிருந்த அவனைப் பார்க்கும் எவருக்கும் அவன் மீது மிகுந்த பாசம் தோன்றும். உதடுகளிரண்டும் விசாலமாகத் திறந்து கொள்வதாலும், வாய் நிறையபற்கள் இருந்ததாலும் அரசிலைப் பதக்கம் அழும் போது சற்று விநோதமாகத் தோற்றம் தருவான். எனினும், அன்பானதா யொருத்தி அருகிலேயே இருக்கும் போது குழந்தை எதற்கு அழவேண்டும்? அரசிலைப் பதக்கம் பெரும்பாலான நேரங்களில் சிரித்துக் கொண்டேயிருந்தான்.

அரசிலைப் பதக்கத்தின் தாயும் கூட மிகவும் சிறியவள் தான். கச்சிதமான உடலமைப்புடன் இளமை மிகுந்த அழகியொருத்தி அவள். அரசிலைப் பதக்கமும், அந்தத் தாயும் நிறையப்பேர் வசிக்கும் வீடொன்றிலேயே தங்கியிருந்தார்கள். மிக மோசமான தந்தையும், அவனது முதல் திருமணத்தில் பிறந்த ஒவ்வொரு வயதிலுமான ஏராளமான பிள்ளைகளும் அந்த வீட்டிலிருந்தார்கள். அவர்களோடு, அந்தத் தந்தையின் அம்மாவும் அந்த வீட்டிலிருந்தாள். அந்தக் கூட்டத்தினரிடையே எளிதில் உடைந்து நொறுங்கக் கூடிய களிமண்ணால் செய்த சிலைகளிரண்டைப் போல மென்மையான அரசிலைப் பதக்கமும், எப்போதும் நோயாளி போல சீவனற்றிருக்கும் அவனது தாயும் பொருத்தமற்ற படப் புத்தக மொன்றிலிருந்து வெட்டி

ஒட்டிய இருவரைப் போலத் தென்பட்டதைத் தடுக்க முடியவில்லை. அவ்வாறே மூளை வளர்ச்சியற்ற, அவ்வாறில்லாவிட்டால் சித்த சுவாதீன மற்ற குழந்தையொன்றைப் பெற்றெடுத்ததால் அந்தத்தாயும், சித்தசுவாதீன மற்ற குழந்தையும் அந்தப்பெரிய கூட்டத்தினரிடையே தனித்துப் போன நிலைமையே அங்கு காணப்பட்டது. அவர்கள் இருவரும் அந்த வீட்டின் பேரோசையினிடையே ஒளிந்திருந்தார்கள். அவன் சத்தமாக அழுதால் அம்மா திட்டுவாங்க வேண்டியிருப்பதை அரசிலைப் பதக்கம் அறிந்திருந்தான். அவர்களிருவரும் கூட மிஸிலின் நோனாவின் வீட்டில் தான் சத்தமாகச் சிரித்தார்கள்.

ஒரு நாள் விடிகாலை நேரம், விகாரைத் தெருவைச் சேர்ந்த ஆட்கள் அனைவரும் அரசிலைப் பதக்கத்தின் வீட்டை நோக்கி ஓடினார்கள். மிஸிலின் நோனாவும் நொண்டியவாறே அவர்களைப் பின் தொடர்ந்தாள். உள்ளறையில் பலகைக் கட்டிலின் மீது அரசிலைப் பதக்கத்தின் அம்மா மூச்சுப் பேச்சின்றிக் கிடத்தப்பட்டிருந்தாள். சிறுநீரில் ஈரமாகிப் போயிருந்த களிசானோடு அரசிலைப் பதக்கம், அம்மா கிடத்தப்பட்டிருந்த கட்டிலில் ஏற இரண்டு, மூன்று தடவைகள் முயற்சித்துப் பார்த்துக் கீழே விழுந்தான். கட்டிலைச் சூழவுமிருந்த ஆட்களின் வெளிறிய முகங்களைப் பார்த்தவாறே அரசிலைப் பதக்கம் வீறிட்டு அழத் தொடங்கினான். அந்த வீட்டின் மூத்த பெண்பிள்ளை அரசிலைப் பதக்கத்தை இழுத்தெடுத்து இடுப்பில் வைத்துக் கொண்டு அறையிலிருந்து வெளியே போகும் போது அவனது காதைப் பலமாகத் திருகினாள்.

சாவு வீட்டில் நாட்கள் மிக விரைவாகக் கழிந்தன. சடலம் இருக்கும் வரைக்கும், அரசிலைப் பதக்கம் சவப்பெட்டியருகிலேயே தரையில் படுத்துக் கிடந்தான். இடைக்கிடையே அங்குமிங்குமாகப் பரிமாறப் பட்டுக் கொண்டிருந்த தட்டுக்களிலிருந்து ஒரேஞ்ச் பார்லியை எடுத்துப் பருகினான். இறுதியில் ஒரே ஞ்ச்பார்லியைப் பரிமாறிக் கொண்டிருந்த

நபர் அவனிருக்கும் பக்கமாக வருவதையும் தவிர்த்துக் கொண்டார்.

அரசிலைப் பதக்கம் குளிர்ந்த அத்தரையிலேயே படுத்துக் கிடந்தான். அவனுக்கு உணவளிக்க யாருமிருக்கவில்லை. யாருக்கும் அவனைப் பார்த்துக் கொள்ள நேரமுமிருக்கவில்லை. திடீரென கூட்டம் அதிகமாகி அரசிலைப் பதக்கம் பலரதும் கால்களுக்கிடையே மிதிபடத்தொடங்கினான். அவன் சந்தினி ப்ரார்த்தனாஅம்மே... அம்மே' என முணுமுணுத்தவாறு அம்மாவைத் தேடி அக்கூட்டத்தினிடையே அங்குமிங்கும் திரிந்தான். சற்று நேரத்தில் கூட்டம் குறைந்தது. அம்மா உறங்கிக் கொண்டிருந்த பெட்டியையும் காணவில்லை.

காலங்கள் மிக விரைவாகக் கழிந்தன. உணவு ஊட்ட யாருமின்றி அரசிலைப் பதக்கம் பட்டினியில் சோர்ந்து போனான். பிறகு தனியாக சோறுண்ணக் கற்றுக்கொண்டான். நிலத்திலமர்ந்து கால்களிரண்டினதும் மத்தியில் வைக்கப்படும் பிளாஸ்டிக் தட்டிலிருக்கும் வெண் சோற்றையும், பருப்பையும் ஒவ்வொரு மணியாகப் பொறுக்கி வாயில் வைத்துச் சேகரித்து மொத்தமாக விழுங்கப் பழகிக் கொண்டான் அவன். வாய் விசாலமாகத் திறந்து கொள்ளும் என்பதனால், சோறு எல்லா இடங்களிலும் சிந்திக் கிடக்கும். அவ்வாறான சமயங்களில் பெரியக்காவோ, பாட்டியோ யாராக இருப்பினும் அவனுக்கு அருகாமையில் செல்லும்போது பொறி பறக்க முதுகில் உதைத்து விட்டுச் செல்வார்கள். குட்டு வாங்கியே சுருள் முடியிடையே அவனது தலை வீங்கித் தடித்தது. அவனுக்குக் குட்டிக் குட்டியே மூத்தவளின் விரல்களில் காய்ப்பு காய்ச்சியது.

ஒரு நாள், அவ்வீட்டின் படிக்கட்டைச் சீர் செய்ய வந்த மேஸ்திரி யொருவர் அரசிலைப் பதக்கத்தைத் தனது கையுதவிக்கெனக் கேட்டு வாங்கிக் கொண்டார். வீட்டாரும் அரசிலைப் பதக்கத்தை அவரது கையுதவிக்காகக் கொடுத்து விட்டார்கள். நிஜத்தில் அரசிலைப் பதக்கம் தான் மேஸ்திரியின் பின்னாலே சுற்றித் திரிந்தான். மேஸ்திரிக்கு

அவனால் செய்யப்படும் கையுதவிகள் ஏதுமற்ற போதும், வேலை செய்யப் போன இடங்களிலிருந்து அரசிலைப் பதக்கத்துக்கு சோறும், கருணையும் கிடைத்தது.

''வேலைக்கு வச்சுக்கணும்னு நான் இவனைக் கூட்டிட்டுவரல்ல... அன்னிக்கு நான் அங்கபோன நேரம் இந்தப்பையன் ஒருவாய் சோத்துக்குப் படுறபாட்டைக் கண்டேன்... என் கூட வந்தான்னா அவனுக்கு குறைஞ்சது ஒருவேளை சோறாவது வயிறு நிறையக் கிடைக்கும்ன்னு கூட்டிட்டுவந்தேன்'' என மேஸ்திரி, வாத நோயால் அவஸ்தைப்பட்டுக் கொண்டிருந்த மிஸிலின் நோனாவிடம் கூறியிருந்தார். அவன் சோறுண்ணும் வேளையில், காலால் உதைத்துச் செல்லாத ஒருவராவது இருப்பது போதாதா?!

சித்திரைப் புத்தாண்டு வந்தது. சுப வேளையில் அனைவரும் பாற்சோறும், பலகாரங்களும் உண்ணும் போது அரசிலைப் பதக்கத்தை வீட்டின் வெளியே தள்ளிக் கதவை மூடி, வீட்டாட்கள் புத்தாண்டு உணவுமேசையை அலங்கரித்தார்கள். வளர்ப்பு நாய் டொமியின் காதுகளை மூடி விட்டு, பட்டாசு வெடித்தார்கள். அந்த ஓசைக்கு அரசிலை பதக்கத்துக்கு பயத்தில் தானாக சிறுநீர் கழிந்தது. சற்று நேரத்தில் சின்னக்கா வந்து பிளாஸ்டிக் தட்டொன்றில் பாற்சோறும், மிளகாய் சட்னியும், பலகாரமும் வைத்துச் சென்றாள் டொமியுடன் பகிர்ந்து சாப்பிடவென.

இவ்வாறாக நாட்கள் கழிந்தன. ஒரு பௌர்ணமி தினம் அவ்வீட்டினுள்ளிருந்து பேரலறலொன்று கேட்கத் தொடங்கியது. அம்மே... அம்மே...' என அரசிலைப் பதக்கம் அழுவது கேட்டது.

''பாயை நனைக்காதேன்னு ஒவ்வொருநாளும் சொல்லவேண்டியிருக்கு''

பாயொன்று வேலிக்கு மேலால் பறந்து வந்து தெருவில் விழுந்தது. சின்னவள் வந்து பாயைத் தூக்கி மீண்டும் முற்றத்தில் போட்டாள்.

சற்று நேரத்தில் பெரும் நெருப்புச் சுவாலை எழுந்தது. பாய் தீயிலெரிந்து கொண்டிருந்தது. தலையணையொன்றும் பறந்து வந்து அத்தீயில் விழுந்தது.

"அந்த நெருப்பிலேயே அவனையும் தூக்கிப்போடு..." என்றது தந்தையின் குரல்.

உடல் முழுவதும் நீலம் பாரிக்க அடி வாங்கி, உதடுகள் வெடித்து இரத்தம் வழிந்தோட நின்றிருந்த அரசிலைப் பதக்கம் அழுதவாறே தெரு வழியே ஓடினான். மூடப்பட்டிருந்த சைமனின் கடைத் திண்ணையில் அமர்ந்து அன்று முழுவதும் எதுவும் சாப்பிடாமல் அழுது கொண்டேயிருந்தவன் இறுதியில் அவ்விடத்திலேயே தூங்கிப் போயிருந்தான்.

பௌர்ணமி தினப் பூஜைக்கென விடிகாலையிலேயே விகாரைக்குப் போயிருந்த மிஸிலின் நோனா, மாலை நேரமாகும் போது தான் வீட்டுக்கு வந்தாள். அரசிலைப் பதக்கத்தின் வீட்டில் நிகழ்ந்த அசம்பாவிதங்களை இரவு படுக்கையில் வைத்துத்தான் அவள் தெரிந்து கொண்டாள். மூட்டு வலியைக் கூடக் கவனத்தில் கொள்ளாது அந்த இரவே அவனைத் தேடிப் போக அவள் முயற்சித்தாள். எனினும் அவளது மகள் அவளைத் தடுத்து விட்டாள். அரசிலைப் பதக்கத்தை அடிக்கும் போது ஊராட்கள் அதனைத் தடுக்க வருவதை அவனது தந்தை விரும்பவில்லை. அப்போது அவன் அரசிலைப் பதக்கத்தின் அம்மாவை ஊராட்களோடு தொடர்புபடுத்தி மட்டமாகத் திட்டுவான். மிஸிலின் நோனா எப்போதும் அரசிலைப் பதக்கத்தைக் காப்பாற்ற ஓடிக்கொண்டு வருவதால், மிஸிலின் நோனாவின் மீது அரசிலைப் பதக்கத்தின் தந்தை கடும் கோபத்திலி ருந்தான். அதனால் இந்தநள்ளிரவில் அங்கே போகவேண்டாம் என மிஸிலின் நோனாவின் மகள் வற்புறுத்திக்கூறினாள். எனவே மிஸிலின் நோனாவிடியும் வரைக்கும் காத்திருக்கத் தீர்மானித்தாள்.

விடிந்த போது, அரசிலைப் பதக்கம் அங்கிருக்க வில்லை. முதல் நாள் அடிவாங்கியதற்குப் பிறகு அவன் எங்கே போனானோ? யாருக்கும் தெரியவில்லை. 'எங்கிருந்தாலும் வருவான்... ஆனால் பாவம் அவன் பசியோடிருப்பானே' என மிஸிலின் நோனா பரிதவிப் போடு மீண்டும் வீட்டுக்கு வந்தாள். எனினும் அன்றோ, அடுத்தநாளோ, அடுத்தவாரமோ, அடுத்தவருடமோ... வருடங்கள் பலகடந்தும் அரசிலைப் பதக்கம் தனது வீட்டுக்குத் திரும்பி வரவேயில்லை.

தெஹிவளை மயானத்தின் சுடலைப் பகுதியில் ஒரு சடலம் எரிந்து கொண்டிருந்தது. அச்சடலம் குஸுமாவதியின் மச்சானுடையது. வெண்ணிற உடைகளணிந்திருந்த கூட்டத்தினரிடையே, பழைய ஆனால் தூய்மையான களிசானும், மிக் கிமவு ஸ்படம் வரையப்பட்டிருந்த டீ சேர்ட்டும் அணிந்திருந்த சுருண்ட தலை மயிருடனான இளைஞனொருவன் சுவரொன்றின் மீது சாய்ந்தவாறு ஜேம்பனி ஸொன்றை விண்டு விண்டு சாப்பிட்டுக் கொண்டிருந்தான். அவன் தனது வெளித் தள்ளிய பற்களைக் காட்டிக் காட்டிச் சிரித்த போது தான், அவன் அரசிலைப் பதக்கம் என்பதை குஸுமாவதி அடையாளம் கண்டு கொண்டாள். குஸுமாவதி அவனருகில் சென்று கதைத்தாள். அரசிலைப் பதக்கம் பயந்து போய் சுவரோடு ஒட்டிக் கொண்டான்.

'எங்கிருந்து வந்து விழுந்தானோ... கடவுளுக்குத் தான் தெரியும்... கொஞ்ச காலம் பொரலஸ்கமுவவில் பிச்சையெடுத்துக் கொண்டிருந்தானாம். நான் சாப்பாடும், உடுப்பும் கொண்டு வந்து கொடுப்பேன். தலைமுடி வளர்ந்தா வெட்டி விடுவேன்.. யார் பெத்த பிள்ளையோ...?! இவனை வீட்டுக்குக் கூட்டிட்டுப் போய் வளர்த்தெடுக்கத்தான் என் பொஞ்சாதியும் விரும்புறா.. வர்றானில்ல... வீடுகள்ல இருந்து பழக்கமில்லபோல... இங்கேயே தான்

கிடக்கிறான்...' என மயானத்தின் காவல்காரர் கூறினார்.

'இந்த மாதிரியான பிள்ளைகளைப் பார்த்துக்குற விடுதிகள் இருக்கு... எங்க ஊர்ப்பையனாச்சே... எப்படி இப்படி விட்டுட்டுப் போறது...' என குஸுமாவதியிடம் விவரங்களைக் கேட்டறிந்த ஸ்ரீ கூறினார். இக்காலகட்டத்தில் அரசிலைப் பதக்கத்தின் வீட்டார் எவரும் ஊரிலிருக்கவுமில்லை.

இறுதியில் ஸ்ரீ, ஊரிலிருந்து இன்னுமிருவரைக் கூட்டிக் கொண்டு வந்து, அரசிலைப் பதக்கத்தைப் பலவந்தமாகப் பிடித்துக் கொண்டு போய் தெஹிவளைக்கு சமீபமாகவிருந்த காப்பகமொன்றில் சேர்த்து விட்டார். போகும் முன்பு அரசிலைப் பதக்கம், மயானத்தின் காவல் காரரது கால்களைப் பிடித்துக் கொண்டு கதறினான்.

'என்னோட செல்ல மகனே இப்ப போகணும் சாமி... நான் என் மகனைப் பார்க்க அடிக்கடி வருவேன் தங்கம்... இனிப்பெல்லாம் அப்பா வாங்கிட்டு வந்துதருவேன்... இப்பபோ சாமி' என மயானத்தின் காவல்காரர் கண்ணீரோடு அரசிலைப் பதக்கத்தின் தலையைத் தடவிக் கொடுத்தார்.

'ஐயா இவன் அந்த மாதிரி இடங்கள்ல இருந்தா இப்படி பனியிலயும் குளிர்லயும் அவதிப்படாம தூங்கி எந்திரிக்கவாவது ஒரு நல்ல இடம் கிடைக்குமில்லையா?!' என அவர் ஸ்ரீயிடமும் விசாரித்துக் கொண்டார்.

தொடர்ந்து வெசாக் தினங்கள் வந்தன. விடுதியிலிருந்தவர்களும் பூஜைகளில் கலந்து கொண்டார்கள். வெசாக்வை பவம் முடிந்ததும் அரசிலைப் பதக்கத்தைப் போய்ப் பார்த்து விட்டு வரவேண்டுமென மயானத்தின் காவல்காரர் நினைத்துக் கொண்டார். எனினும், திரும்பவும் அவர் அரசிலைப் பதக்கத்துக்கு இனிப்புக்களை வாங்கிச் செல்ல முன்பு, அரசிலைப் பதக்கத்தை அவனது அம்மா வந்து கூட்டிக் கொண்டு போயிருந்தாள், நிரந்தரமாக.

சிலவேளை பிறப்புச் சான்றிதழொன்று இருந்திருக்கக்கூடும், எனினும் அதைக் குறித்து எதுவுமறியாத அரசிலைப் பதக்கத்துக் குமரணச் சான்றிதழொன்று கிடைத்திருக்கிறது. வாழ்ந்தானா என உறுதியாகக் கூற முடியாவிட்டாலும், இறந்து விட்டான் என உறுதிப்படுத்தும் அந்தச் சான்றிதழில் மரணத்துக்கான காரணம் 'இருதயநோய்' எனக் குறிப்பிடப்பட்டிருக்கிறது. எவரும் அறியாதது போலிருந்த போதும், அரசிலைப் பதக்கத்துக்கும் இதயமென்றஒன்று இருந்திருக்கிறது. மூன்று வருடங்களாக அரசிலைப் பதக்கத்துக்கு நிழல் தந்த தெஹிவளை மயானத்தின் ஒருமூலையிலேயே அரசிலைப் பதக்கத்துக்கெனவும் ஒருகுழி தோண்டப்படுகிறது. யாரும் கண்டு கொள்ளாத மூலையொன்றில் அரசிலைப் பதக்கத்தின் கதை முடிவுக்கு வருகிறது.

நத்தார் குளிர்காலம் வருகிறது. ஜனவரி புது வருடம் வருகிறது. சித்திரைப் புத்தாண்டு வருகிறது. பட்டாசுகள் வெடிக்கின்றன. வெசாக் மாதத்துப் பூக்கள் பூக்கின்றன. பௌத்த போதனைகள் கேட்கின்றன. அன்னதான வரிசைகள் நிறைகின்றன. புத்தரின் பிறந்த தினம், புத்தர் ஞானம் பெற்ற தினம் எனக் கடந்து அடுத்த நத்தாரும் வருகிறது. தெஹிவளை மயானத்தின் ஒரு மூலையில் பெயரற்ற மண்மேடொன்றின் மீது பூக்கள் பூக்கின்றன.

நம் அனைவருக்குமே ஜீவிதத்தில் எப்போதேனும் ஓர் அரசிலைப் பதக்கத்தைச் சந்திக்க நேர்ந்திருக்கும். கொஞ்சம் உணவு, இருக்க ஓரிடம் , கொஞ்சம் அன்பு இவற்றைத் தாண்டி வேறெதுவும் தேவைப்படாத ஓர் அரசிலைப் பதக்கத்தை. குழந்தைப் ருவத்திலேயே நிரந்தரமாகத் தங்கி விட்ட ஓர் அரசிலைப் பதக்கத்தை. ஒரு போதும் சிறு பராயம் கிட்டியிராத, உடலால் மாத்திரம் வளர்ச்சியடைந்த ஓர் அரசிலைப் பதக்கத்தை. உங்களுக்கும் - எனக்கும் இருப்பவை

போன்ற பெரிய பெரிய கனவுகளேது மற்ற, கருணையை மட்டுமே வேண்டிநிற்கும் ஓர் அப்பாவி அரசிலைப் பதக்கத்தை.

நீங்களும், நானும் நாட்கணக்கில் நேசத்தை வீணடித்துக் கொண்டிருக்கையில், அவ்வாறானவர்கள் நேசம் கிடைக்காமலேயே செத்துப் போய் விடுகிறார்கள்.

இது ஒரு உண்மைச் சம்பவமாகும். 'அரசிலைப் பதக்கம்' இறக்கும் போது அவரது உடலுக்கான வயது இருபத்து ஏழு வருடங்களாகவும், மூளை வளர்ச்சி ஐந்து வயதுக் குழந்தையுடையதாகவுமிருந்தது.

சுநேத்ரா ராஜ கருணாநாயக

சிங்களம் மற்றும் ஆங்கில மொழிகளில், நாவல்கள், சிறு கதைத் தொகுப்புகள், கட்டுரைத் தொகுப்புகள், மொழி பெயர்ப்பு நூல்கள் என தற்போது வரையில் அறுபதுக்கும் மேற்பட்ட நூல்களை எழுதியிருக்கும் பெண் எழுத்தாளரான சுநேத்ரா ராஜ கருணாநாயக, இலங்கையைச் சேர்ந்தவர். இது வரையில் இலங்கையின் உயரிய இலக்கிய விருதுகளான அரச சாகித்திய விருது, சுவர்ண புஸ்தக விருது, கொடகே இலக்கிய விருது உள்ளிட்ட பல விருதுகளையும் தனது படைப்புக்களுக்காக வென்றிருக்கிறார்.

இந்தியாவில் பயணம் செய்து பல நகரங்களையும், கிராமங்களையும் விவரிக்கும் நூல்களை எழுதியிருக்கும் இவர், திருவண்ணாமலையைக் களமாகக் கொண்டு மூன்று நாவல்களையும் எழுதியிருக்கிறார். இந்தத் தொகுப்பில் இடம் பெற்றிருக்கும் 'குறுந் தகவல்' சிறு கதையானது, இதுவரையில் ஆங்கிலம், தெலுங்கு, வியட்நாமிய மொழிகளில் மொழி பெயர்க்கப்பட்டுள்ளதோடு, 'SMS' எனும் தலைப்பிலான அதன் ஆங்கில மொழிபெயர்ப்புச் சிறுகதை வட இந்திய பல்கலைக்கழகங்களில் கற்பிக்கப்படுகிறது.

எழுதல்

சுநேத்ரா ராஜகருணாநாயக

எனது பெயர் சாந்தா குருப்பு. 'பெயருக்கேற்ற சாந்தமான மை குப்பியே தான்' என்று எனது இரு அண்ணன்களும் என்னைக் குறிப்பிடுவார்கள். மை குப்பி என்ற சொல்லாடல் ஏன் என்று தான் எனக்குப் புரியவில்லை. 'மை குப்பியென்று ஏன் சொல்கிறார்கள்?' என்று எனக்குள்ளேயே சிந்தித்தேனே தவிர, யாரிடமும் அதைப் பற்றி நான் கேட்கவுமில்லை.

எனது அம்மா, பாட்டி இருவருமே எவரிடமும் தேவையற்ற கேள்விகள் மாத்திரமல்லாது, தேவையான கேள்விகளைக் கூடக் கேட்டதில்லை. பாட்டியென்றால் இரண்டு நாய்களிடமும், பூனைகளிடமும், பறவைகளிடமும் கதைத்தவாறிருந்தார். அம்மா நாய்களுக்கு உணவிட்டார். வாளை மீன் வாங்கி வந்து, செதில்கள் நீக்கி துப்புரவாக்கி, அவித்து, முள்ளகற்றி பூனைகளுக்கு சோற்றோடு பிசைந்து கொடுக்கவென எப்போதும் தனியாக எடுத்து

வைத்திருப்பார். காலையில் அம்மா எழுந்து வரத் தாமதித்தால், பறவைகள் மா மரத்தைச் சுற்றி, கொடுத்த கடனைக் கேட்க வந்திருக்கும் கடன்காரர்கள் குழுவொன்றைப் போல கத்திக் கொண்டே பறந்து கொண்டிருக்கும். எனக்கு அவ்வாறு தோன்றிய போதும், நான் ஒருபோதும் அதை வெளிப்படையாகக் கூறியதில்லை.

அம்மாவுக்கு எங்கே செல்ல நேர்ந்தாலும், போன இடத்தில் ஓரிரு தினங்களுக்கும் மேலதிகமாகத் தங்கியிருக்க அவர் விரும்புவதில்லை. அதை ஒருபோதும் வார்த்தைகளால் தெரிவித்ததில்லை. என்றாலும் அத்தைகளின் வீடுகளுக்குச் சென்றால், போன இரண்டாம் நாளே விடிகாலையிலேயே எழுந்து பயணப் பைகளைத் தயார்படுத்தி வைத்துவிட்டு, தானும் உடுத்தித் தயாராகி விட்டுத்தான் தேநீர் குடிக்க அறையை விட்டு வெளியே வருவார் அம்மா.

''இவ்வளவு அவசரமாகக் கிளம்பிப் போக வேண்டிய தேவையில்லைதானே அண்ணி? இன்னும் கொஞ்ச நாள் தங்கிட்டுப் போகலாமே'' என அத்தை பதறுவார்.

அம்மா வெள்ளந்தியாகப் புன்னகைப்பார்.

''அந்தப் பிராணிகள் பசியில இருக்கும்னுதான் போக அவசரப்படுறா. வாயால சொல்லலைன்னாலும் மனசுல இருக்குறது அதுதான்'' என அப்பாவோ, அண்ணனோ கூறும்போது அம்மா மெதுவாக தலையசைத்து அதை ஆமோதிப்பார்.

அம்மாவைப் போலல்லாது, எனது அப்பாவின் குடும்பத்துப் பெண்கள் எந்தச் சபையிலும் சிறிதும் பயமற்றுக் கதைப்பார்கள். அவர்கள் குருப்பு வம்சத்தினர்கள், கேரளாவில் களரி போர்க் கலைஞர்கள் பரம்பரையில் வந்தவர்கள் என்பதைக்

கேள்விப்பட்டிருந்த போதிலும், எனக்கு அந்தக் கதைகள் எவையும் புரியவில்லை. எனது நான்கு அத்தைகளுமே, ஆறடிக்கு இரண்டு, மூன்று அங்குலங்கள் கூடிக் குறைந்த, உயரமான பெண்கள். அம்மாவென்றால், அப்பாவை விடவும் ஓர் அடி உயரம் குறைவானவர். நானும் அம்மாவின் உயரம் அளவுதான் இருப்பேன். ஐந்து அடிகள்.

அம்மா பெரேரா வம்சத்தைச் சேர்ந்தவர். குருப்பு பரம்பரையில் வந்த ஒரே பெண்பிள்ளை பெரேரா குடும்பச் சாயலை ஒத்திருக்கிறாள் என அத்தைகள் என்னைப் பற்றிக்கூறுவார்கள். தோற்றத்தில் அம்மாவைப் போலவே சிவப்பாக, மெலிந்து, குள்ளமாக இருந்தபோதும், எனது மனதுக்குள் எனது பெயருக்கேற்ற சாந்தம் இருக்கவில்லை. அண்ணன்களைப் போல மரமேறி விளையாட எனக்கும் தோன்றியது. வீட்டில் யாருமற்ற வேளைகளில், அண்ணன்களின் சைக்கிள்களை எடுத்து ஓட்டி முழங்கால்களைக் காயப்படுத்திக் கொண்ட நாட்களும் இருந்தன. ஒவ்வொரு தடவையும் அந்தக் காயங்களை மறைக்கும்விதமாக நீண்ட பாவாடைகளை அணிந்து, வலியை மறைத்திருந்தேன்.

ஒரு நாள், மா மரத்தில் ஏறியிருந்த போது, ஒரு சாரைப் பாம்பு ஊர்ந்து வந்தது. கத்திக் கூச்சலிட்டால், வீட்டாருக்கு நான் மரத்தில் ஏறியது தெரியவருமென்பதால் அமைதியாக இறங்க முயற்சித்ததில் அணிந்திருந்த சட்டை கிழிந்துபோனது. கைகளிலும், வயிற்றிலும் சிராய்ப்புக் காயங்கள் உண்டாகின. அன்று என்னை நானே ஒரு வீராங்கனையாக உணர்ந்தேன்.

எப்போதும் வீட்டில் சோர்வுற்றவளைப் போல அமைதியாக இருந்தபோதும், பாடசாலையில் நான் பயமேயற்று உரைகளை நிகழ்த்தினேன். மேடையில் ஏறியதும் அங்கு நிற்பது நானல்ல

என்பதுபோல உணர்வேன். யாரோ நெஞ்சுக்குள்ளிருந்து வார்த்தை நதியை வேகமாக வெளியே தள்ளிவிடுவதைப் போலத் தோன்றும். யாரும் சொல்லித் தராமலேயே வார்த்தைகளை அழுத்தி சத்தமாக உச்சரிக்க வேண்டிய இடங்களில் தானாகவே அவையெல்லாம் நிகழ்ந்தன.

அண்ணன்கள் பேச்சுப் போட்டிகளில் பங்குபற்றி வெற்றி பெற்று வரும் சந்தர்ப்பங்களில் அப்பா பெரிதும் பெருமைப்பட்டார்.

"இந்தப் பசங்களக் குறிச்சு இனி எந்தப் பயமுமில்ல. இவங்க எங்கே போனாலும் வாயை வச்சுப் பிழைச்சுக்குவாங்க. மருத்துவக் கல்லூரிக்கு அனுமதி கிடைக்கலன்னா இவங்கள சட்டக் கல்லூரிக்காவது அனுப்பிடலாம்" என்று அப்பா அவரது நண்பர்களிடம் கூறி வந்தார்.

நான் பேச்சுப் போட்டியொன்றில் வெற்றி பெற்று வந்த முதல் தடவை அம்மாவையும், பாட்டியையும் தவிர ஏனைய அனைவருமே ஆச்சரியப்பட்டார்கள்.

"அந்தப் போட்டியில் கலந்துக்கிட்ட மத்தவங்க எவ்வளவு பலவீனமானவங்களா இருந்திருப்பாங்கன்றதை இதிலிருந்து புரிஞ்சுக்கலாம்" என்றார் பெரியண்ணன்.

"யாராவது ஒரு டீச்சர் இவளுக்கு நல்லா பயிற்சி கொடுத்திருப்பார்" என்று கூறிய இளைய அண்ணன், அந்த ஆசிரியை யாரென நானே கூறும்வரை என்னையே கூர்ந்து பார்த்துக் கொண்டிருந்தார். எனக்கு யாரும் பயிற்சியளிக்கவில்லை என்பதைக் கூறினாலும் நம்ப மாட்டார்கள் என்பதனால் நான் அமைதியாக இருந்தேன்.

''பொண்ணு மோசமில்ல. சாந்தாவுக்குள்ள ஓடுறதும் குருப்பு ரத்தம் என்றதால இதுல ஆச்சரியப்படுறத்துக்கு ஒண்ணுமில்ல'' என அத்தைகள் கூறினார்கள். இவ்வாறுதான் எமது வீட்டில் நிகழும் நல்ல விடயங்கள் அநேகமானவற்றுக்கான பெருமையையும், கௌரவத்தையும் குருப்புகள் தாமாகவே எடுத்துக் கொண்டார்கள்.

'''ம்ம்... குருப்புகளுக்கு மட்டுமில்ல... எங்கக்கிட்டயும் தேவைப்படும் போது பேச வாயிருக்கு... இல்லையா ப்ளாக்கி?'' என பாட்டி பூனையிடம் கூறினாள். அது புரிந்தது போல பூனையும் மியாவ் என்பதை 'ம்ம்... ம்ம்' என்று மெல்லிய குரலில் முனகியது. எங்கள் வீட்டுப் பெண்கள் மிகக் குறைந்தளவே கதைக்கிறார்கள் என்பதனால், வீட்டிலிருக்கும் செல்லப் பிராணிகளும், வீட்டுத் தோட்டத்துக்கு வந்து செல்லும் பிராணிகளும், ஆண்களும் தேவைக்கும் அதிகமாகக் கதைப்பதாக அக்காலத்தில் எனக்கு அடிக்கடி தோன்றும்.

ஒரு தடவை அம்மாவும், பாட்டியும் மரண வீடொன்றுக்குப் போயிருந்தார்கள். அண்ணன்களுக்கு கிரிக்கட் காய்ச்சல் தொற்றியிருந்ததால், சாப்பாடும் கூட தொலைக்காட்சியின் முன்னால் தான் என்று ஆகிப் போயிருந்தது. சமையலறையில் வேலை செய்து கொண்டிருந்த பணிப்பெண் ஜொஹானாவுக்கு வேலை நிறைய இருந்தது. நான் விடிகாலையிலேயே ஜொஹானாவுக்கு காய்கறி வெட்டிக் கொடுத்து, தேங்காயும் துருவிக் கொடுத்து விட்டு எனது அறைக்கு வந்திருந்தேன்.

படுக்கையில் சாய்ந்திருந்து புத்தகமொன்றை எடுத்து வைத்துக் கொண்டு, தற்செயலாக ஜன்னல் வழியே வெளியே பார்த்தபோது பாணந்துறைக்குப் போகும் ரயில், வீட்டைத் தாண்டிச் செல்வதைக் கண்ணுற்றேன். தண்டவாளம் வீட்டுக்கு அருகில் இருந்தபோதும், நான் அதுவரை ஒருபோதும் ரயிலில் பயணித்திருக்கவில்லை.

அண்ணன்கள் கல்கிஸ்ஸ பாடசாலைக்கு ரயிலிலேயே சென்று வந்தார்கள். தனியாக ரயிலில் சென்று மொரட்டுவை நகரத்தில் இறங்கி மீண்டும் அடுத்த ரயிலைப் பிடித்து வீட்டுக்கு வந்துவிட்டால் என்ன என எனக்குத் தோன்றியது.

'நான் தூங்கப் போறேன். பகல் சாப்பாட்டுக்கு என்னை எழுப்ப வேணாம். மூணு மணிக்கு எழுந்து சாப்பிட்டுக்குறேன்' என ஜொஹானாவிடம் கூறிவிட்டு நான் புறப்பட்டேன்.

எமது வீட்டினைச் சுற்றியிருக்கும் மதில் சுவரைத் தாண்டிப் போய் விட்டால், பிறகு மாடியிலிருந்து தெருவையோ, கடற்கரையையோ பார்த்தாலே தவிர, கீழே வீட்டுத் தோட்டத்தில் உலவினாலும் கூட, யாருக்கும் யாரையும் தென்படாது. கருங்கல் மதில் சுவரையொட்டி நடந்துபோனால் மாடியிலிருந்து எட்டிப் பார்த்தாலும் கூட யாரும் காண மாட்டார்கள்.

எமது வீட்டின் பிரதான நுழைவாயில், இலங்கையிலுள்ள அலங்காரங்கள் நிறைந்த நுழைவாயில்களில் ஒன்றாக இருக்கக் கூடும். நான் சிறிய கதவுகள் இரண்டினைக் கொண்ட காவல் கூடத்திலிருந்து வெளியேறி அதன் கதவை மூட முற்படும்போது எங்கிருந்தோ எமது நாய்கள் இரண்டும் ஓடி வந்தன. காவல்காரனற்ற காவல் கூடத்தில் ஒரு சீமெந்து வாங்கும், ஒரு பூந்தொட்டியும் இருந்தன. சீமெந்து வாங்கின் ஓரத்தில் ஒரு பெரிய மண் தொட்டிக்குள் மஞ்சளும், வெள்ளையுமாக இரண்டு கூடைகள் இருந்தன.

நாய்கள் இரண்டும், நுழை வாயிலில் முன்னங்கால்களை வைத்து நேராக நின்றவாறு என்னை நோக்கி சினேகமாகக் குரைக்கத் தொடங்கின. நான் சீமெந்து வாங்கில் அமர்ந்தவாறு, கூடைகளை எடுத்து அதன் சிதிலங்களை சரி செய்ய முற்படுவதுபோல மேலும் கீழுமாக சுழற்றி, பாவனை செய்தேன். ஐந்து நிமிடங்கள் கழியும்

முன்பே நாய்கள் இரண்டும் தமது நான்கு கால்களில் நின்றவாறு வால்களை அசைத்தசைத்து என்னையே பார்த்துக் கொண்டிருந்தன. பின்னர் படிக்கட்டில் அமர்ந்து கொண்டன. நான் எப்போதாவது வாயிற்கதவைத் தாண்டி தோட்டத்துக்குள் நுழைந்தால் வீட்டுக்குச் செல்லவிருக்கும் இருநூறு யார் தூரத்தையும் எனக்குத் துணையாக என்னுடனே வர அவற்றுக்குத் தோன்றியிருக்கும். இல்லாவிட்டால், நான் தன்னந்தனியாக அந்த நுழைவாயிலிலிருந்து வெளியே வந்தது ஏன் என்ற ஆச்சரியம் அவைக்கு தோன்றியிருக்கக் கூடும்.

நாய்களுக்கு அவ்வாறு சிந்திக்கும் திறன் இல்லாதிருக்க வழியில்லை. அந்தந்த விருந்தினர்களுக்கு ஏற்ப நாய்கள் குரைக்கும்தன்மையும் வேறுபடுகின்றனவே. பெரிய வசதியான வாகனங்களில் வரும் விருந்தினர்களைக் கண்டு அவை வாலாட்டுவதாக பாட்டியும் கூறியிருக்கிறார். இறுதியில் நாய்கள் இரண்டும் அணிலொன்றையோ, அடுத்த வீட்டுப் பூனை எமது தோட்டத்தில் நடமாடுவதைக் கண்டோ குரைத்துக் கொண்டு ஓடின. அந்த இடைவெளியில் நான் வாயிலைத் தாண்டி வெளியே வந்துவிட்டேன்.

புகையிரதக் கட்டணங்கள் எவ்வளவு என்று கூடத் தெரியவில்லை. எதற்குமென நூறு ரூபாயைக்ண கொடுத்து ‘மொரட்டுவை ஒண்ணு’ எனக் கூறும் வரைக்கும் எனது நெஞ்சில் படபடப்பு இருந்து கொண்டேயிருந்தது. புகையிரத நிலையத்தில் அங்குமிங்கும் நடமாடாது, ஒரு வாங்கில் தலை தாழ்த்தி அமர்ந்திருந்தேன். புத்தகமொன்றையாவது எடுத்துக் கொண்டு வர மறந்து விட்டிருந்தேன்.

இதுவரை ரயிலிலோ, பேரூந்திலோ பயணித்ததில்லை என பாடசாலையில் யாரிடமும் நான் ஒருபோதும் கூறியதில்லை.

எவ்வளவு வெட்கக்கேடான விடயம் இது? பாடசாலை பேரூந்தில் வந்து செல்லும் மாணவிகளுக்குக் கூட அப்பயணங்கள் விநோதமான அனுபவங்களாக இருந்தன. பேரூந்தின் கண்டக்டராக ஒரு இளைஞன் இருப்பாராயின், அந்த நபரது முகம் சிவக்கும் வரை, மாணவிகள் எல்லோரும் ஒன்றுசேர்ந்து அவரைக் கிண்டல் பண்ணுவார்களாம். ஒரு தடவை பேரூந்திற்கு சாரதியாக ஒரு இளைஞன் வந்து சிக்கியிருக்கிறார். மாணவிகள் அவரது கண்களை, பார்வைகள் கண்ணாடியினூடு நேரடியாக சந்திக்கும் வரை பார்த்துக் கொண்டே இருந்திருக்கிறார்கள்.

மாணவிகள் எவருக்கும் ஒருபோதும் இந்த இளைஞர்களைக் காதலிக்க தோன்றியதில்லை. எனினும், குறும்புத்தனத்தோடு அந்த அப்பாவி இளைஞர்களை பித்துப் பிடிக்க வைக்க முயற்சித்திருக்கிறார்கள். எனது அம்மாவினதும், அத்தைகளினதும் இளமைக் காலத்திலென்றால், சாரதிகளைக் காதலித்து அவர்களோடு ஓடிப் போன மாணவிகள் இருவர் இருந்தனராம். அம்மா ஒருபோதும் அந்தக் கதையைக் கூறியதில்லை. எனினும் அத்தைகள் எதை வேண்டுமானாலும் கதைத்துக் கொண்டிருப்பவர்கள் என்பதனால் எனக்கும் அந்தப் பழைய கதைகளைத் தெரிந்துகொள்ளும் சந்தர்ப்பம் வாய்த்தது.

பத்து நிமிடங்கள் கழியும் முன்பே ரயில் வந்துவிட்டது. நான் அதில் ஏறி கடற்கரைப் பக்கமாக ஒரு ஆசனத்தில் அமர்ந்து கொண்டேன். தூரத்தே கடலில் ஒரு கப்பல் பயணித்துக் கொண்டிருந்தது. அவ்வாறான கப்பல்களை கடலில் அடிக்கடி பார்த்திருக்கிறேன். எனது அறையிலிருந்து கடலைப் பார்த்தால் எப்போதும் கப்பலையோ, படகையோ அதில் காணலாம். ஓடத்திலோ, படகிலோ ஏறி உலகைச் சுற்றிப் பார்க்க வேண்டும்

என்ற ஆசையும் உள்ளுக்குள் இருந்தது. அதை ஒரு கட்டுரையிலும் எழுதியிருந்தேன். அதைப் பார்த்து விட்டு எனது ஆசிரியை 'சாந்தா வேண்டுமென்று சொன்னால், அப்பா ஒரு படகையே வாங்கித் தருவார்' என்று சொன்னார். எனினும் நான் அதைப் பற்றி வீட்டில் கதைக்கவேயில்லை. எனது தனிமைக்குத் துணையாக கப்பலொன்று வந்து ரயிலோடு சேர்ந்து பாணந்துறை நோக்கி பயணித்துக் கொண்டிருப்பதாக அக் கணத்தில் எனக்குத் தோன்றியது.

ரத்மலானையில் வைத்து ரயிலில் ஏறிய மத்திம வயது பெண்கள் மூவர் என்னருகே அமர்ந்து கொண்டார்கள். எனக்கு அடுத்ததாக அமர்ந்திருந்த பெண், யாரினதோ திருமண விடயம் குறித்து கதைத்துக் கொண்டிருந்தார்.

''எல்லாமே பொருந்தி வந்திருக்கு. ஆனா இந்தக் காலத்துப் பொண்ணுங்களைத் திருத்த முடியாதே.'

''ஐயோ அக்காம இந்த மாதிரி விஷயங்கள்ல தலையிட வேணாம்னு நான் உங்ககிட்ட முன்னாடியே சொல்லியிருந்தேனே. ஈஷா வீட்டிலிருந்தே கிழவியாகிப் போகட்டும். எங்களுக்கென்ன? 'மாப்பிள்ளைகிட்ட எவ்வளவு பணமிருந்தாலும் என்ன? எங்க ரெண்டு பேருக்கிடையில எண்ணங்கள் பொருந்தலையேஅத்தை' ன்னு என்கிட்டயே சொல்றா.''

எனக்கு முன்பிருந்த ஆசனத்தில் அமர்ந்திருந்த அந்தப் பெண், ஈஷா எனும் பெண் கூறியதாகச் சொன்ன வாசகங்களைப் பழித்துக் காட்டியபடியே தான் அதைக் கூறினார். எதையுமே செவிமடுக்காதவள் போல நான் கடலையே பார்த்துக் கொண்டிருந்த போதும், அந்த மூவரது உரையாடலையும் ரசித்துக் கொண்டுதான் இருந்தேன். புகையிரதங்களிலும், பேரூந்துகளிலும் அன்றாடம் போய் வருபவர்கள் இம் மாதிரியான பல கதைகளைக் கேட்டு

அலுத்திருக்கக் கூடும். அதனால் அவர்கள் என்னைப் போல ஒரு நாடகத்தை ரசிக்கும் ரசனையை உணராதிருக்கக் கூடும்.

அந்த மூவரும் லுனாவில் இறங்கும் வரைக்கும், தொடர்ச்சியாக ஈஷாவைப் பற்றியே கதைத்துக் கொண்டு வந்தார்கள். அவள் யாராக இருந்தபோதும், பணத்துக்கு அடிபணியாத, மிகுந்த பிடிவாதக்கார பெண்ணொருத்தியாக இருக்கக் கூடும். எனக்கென்றால் அந்தளவு தைரியம் இல்லை. எனது அப்பா ஏதேனும் சொன்னால் சொன்னதுதான். அது பிழையென்றாலும் கூட யாரும் அதைச் சுட்டிக் காட்டத் துணிவதில்லை. இளைய அண்ணனென்றால் ஒரு தடவை அப்பாவை சற்று எதிர்த்துப் பேசினான். கடைசியில் அப்பா மிகவும் உக்கிரமடைந்தார். அண்ணனை அடிக்கவில்லை. என்றாலும் அப்பா தனக்குத்தானே துப்பாக்கியால் வேட்டுவைத்துக் கொள்ள முயற்சித்தார்.

அன்றிலிருந்து இளைய அண்ணன் அப்பாவுடன் கதைப்பதில்லை. எனினும், அப்பாவின் விருப்பப்படியே உயர்கல்வியை விஞ்ஞானத் துறையில் தொடர்ந்தான். அவனுக்கு இயல், இசை, நாடகத் துறையில் உயர்கல்வியைத் தொடர ஆர்வமிருந்தது. அந்த வாக்குவாதத்திற்குப் பிறகு அண்ணன் வீட்டிலிருந்த பியானோவைக் கூட தொடவேயில்லை. அவனும் அம்மாவைப் போலவே அமைதியாக இருக்க முற்பட்டான். அன்று எனக்கு அவனது அறைக்குப் போய் ஆறுதல் சொல்ல மிகவும் தேவையாக இருந்தது. ஆனால் என்ன சொல்லி ஆறுதல்படுத்துவது என எனக்குத் தெரிந்திருக்கவில்லை.

அப்பாவைத் தெரிந்தவர்கள் யாரேனும் என்னைப் பார்த்துவிட்டால் என்ன ஆகும் என்ற பயம்மொரட்டுவை புகையிரத நிலையத்தில் இறங்கியதுமே என்னைத் தொற்றிக் கொண்டு விட்டது.

புகையிரதம் திரும்பிச் செல்ல இன்னும் ஒரு மணித்தியாலம் இருந்தது. இலக்கற்று நடந்துகொண்டிருந்த வேளையில் ஒரு கிறிஸ்தவ ஆலயத்தைக் கண்டு உள்ளே நுழைந்தேன். தனியாக தெருவில் நடந்து பழக்கமில்லாததால் ஏதோ ஒருவித பாதுகாப்பற்ற தன்மையை உணர்ந்திருந்தேன். கழுத்திலிருக்கும் மாலையை, கைப்பையை பறித்துக் கொண்டு ஓடுபவர்கள் எல்லா இடங்களிலும் இருக்கக் கூடும் என்ற சந்தேகத்தின் காரணமாக ஆலயத்தின் நுழைவாயிலில் வைத்துக் கூட நான் என்னைச் சுற்றிவர திரும்பிப் பார்த்தேன்.

ஒரு குழு பாடல் பயிற்சியெடுத்துக் கொண்டிருக்கும் ஓசை ஆலயம் முழுவதும் இசையெனப் பரந்திருந்தது. ஆங்காங்கே சிலர் அமர்ந்து பிரார்த்தித்துக் கொண்டிருந்தார்கள். ஆலயத்தினுள் நுழைந்து சுரூபங்களை ரசித்துக் கொண்டிருந்ததில் மகிழ்ச்சியை உணர்ந்தேன். ஒரு சுருவத்தினருகே முழங்காலில் அமர்ந்து சிறு புத்தகமொன்றை கையிலேந்தியவாறு அதைப் பார்த்து பிரார்த்தித்துக் கொண்டிருந்த ஒரு இளம்பெண்ணின் கன்னங்களில் கண்ணீர் வழிந்தோடியது. அவள் தன்னை துயரத்திலிருந்தும் மீட்கச் சொல்லி பிரார்த்தித்துக் கொண்டிருந்திருக்கக் கூடும். நானும் ஒரு நீண்ட வாங்கில் அமர்ந்து கொண்டேன். எனினும் என்னிடம் விஷேடமாக பிரார்த்திக்கவென எதுவுமிருக்கவில்லை. அப்போது நான் உயர்தர பரீட்சையை எழுதி முடித்துவிட்டு பெறுபேற்றுக்காகக் காத்துக் கொண்டிருந்தேன். அதில் சித்தியடைய வேண்டுமென பிரார்த்திப்பதில் எவ்வித அர்த்தமுமில்லை. நான் தூக்கம் விழித்தெல்லாம் கஷ்டப்பட்டு படிக்கவில்லை என்பதால் அளவுக்கு மீறி எதிர்பார்ப்பதில் அர்த்தமில்லை.

அன்று எந்தப் பிரச்சினைகளுமில்லாமல் வீட்டுக்கு வந்து சேர்ந்தேன். மனம் முழுக்க மகிழ்ச்சியும், முகம் பூரிக்கும் சிரிப்புமாக

உலா வந்தேன். தினந்தோறும் ரயிலில் கூட்டத்தினிடையே சிக்கிப் பாடுபட்டுப் பயணித்து வரும் ஒருவரிடம் இதைக் கூறினால் 'பணக்காரப் பொண்ணுங்களோட வீரம், நாங்க தினந்தோறும் படுற அவஸ்தையைக் கிண்டல் பண்ணுறதா?' என கோபத்தோடு திருப்பிக் கேட்கக் கூடும்.

'இந்தப் பிள்ளைகளுக்கு வாழ்க்கையில எந்தப் பிரச்சினைகளும் இல்லாததால, பிரச்சினைகளை தானாகவே உண்டாக்கிக்கிறீங்க' என்று ஜொஹானா அடிக்கடி கூறுவாள். நாங்கள் பாலைக் குடிக்காது வீணாக்கும்போது, சாப்பாட்டை உண்ணாது மீதம் வைக்கும்போது ஜொஹானா திட்டுவாள். எம்மை பெரியவர்களாக வளர்த்தெடுத்ததுவும், செல்லம் கொஞ்சியதுவும் இந்த ஜொஹானாதான். எனவே எம்மைத் திட்டுவதற்கும் அவளுக்கு உரிமை இருக்கிறது. அம்மா எம்மைத் திட்டுவதில்லை. செல்லம் கொஞ்சியதுமில்லை. பாட்டியென்றால் தினந்தோறும் வீட்டு வேலைகளைக் கண்காணித்தாள். எம்மை செல்லம் கொஞ்சினாள். தொலைக்காட்சியில் தொடர் நாடகங்களைப் பார்த்தாள். வானொலியில் பாடல்களை செவிமடுத்தவாறு பின்னல் சரிகைகளைப் பின்னினாள். எனினும் எனது தந்தையோடு ஒருபோதும் கதைக்கவேயில்லை. தனதே மகளான எனது அம்மாவோடு கூட தேவைக்கு மாத்திரம்தான் கதைத்தாள்.

''இந்த மாதிரியான ஒரு வீட்டுல வளர்ந்த நாங்க, ஊமைகளாக இருக்காம இருக்குறது அதிசயம்தான்'' என இளைய அண்ணன் ஒரு நாள் கூறினார்.

தனியாக ரயிலில் சென்றதன் பிறகு, எனக்கு வேறு எவ்வித குறும்புத்தனங்களையும் செய்ய காலம் இடமளிக்கவில்லை. உயர்தர பரீட்சை பெறுபேறுகள் வெளிவந்து, பல்கலைக் கழகத்துக்குச் செல்வதற்குத் தேவையான புள்ளிகளை

எடுத்திருந்தேன். ஆனால் அக் காலகட்டத்தில் பல்கலைக் கழகங்கள் மூடப்பட்டிருந்தன. ஊரடங்குச் சட்டமும் அமுலிலிருந்தது.

இங்கிலாந்தில் தனது மேற்படிப்பைத் தொடர்ந்து கொண்டிருந்த ப்ரியானுக்கு என்னைத் திருமணம் செய்து கொடுக்கப் போவதாக அப்பா ஒரு நாள், என்னிடம் கூறினார். அந்தத் தகவல் எனக்கு அளவற்ற மகிழ்ச்சியைக் கொடுத்தது. ப்ரியான், அப்பாவின் பாடசாலை நண்பர் ஒருவரது மகன். ப்ரியான் வைத்தியராகவில்லை யென்றால், பாலிவுட் படங்களில் கதாநாயகனாக நடிக்கப் போயிருக்கலாம் என அண்ணன்கள் கூறிக் கொண்டிருப்பார்கள். என்னைவிடவும் பத்து வருடங்கள் மூத்தவர். எனக்கு ஐந்து வயதாக இருக்கும் காலத்திலிருந்தே, விழாக்களில் பாடல்கள் பாடிக் கொண்டிருந்தவர் அவர்.

'ப்ரியானுக்கு படிக்க விருப்பமேயில்ல... நாங்க வற்புறுத்துறதால படிச்சுக் கொடுக்க மாஸ்டர்கள் யாராவது வந்தா உட்கார்ந்து படிக்கிறான்' என்று அக் காலத்தில் ப்ரியானின் அம்மா கூறுவது எனக்கு நினைவிருக்கிறது.

எனக்கு பத்து வயதாகும் போது, அவர் மருத்துவக் கல்லூரியில் படித்துக் கொண்டிருந்தார். ப்ரியானைப் பார்த்து வளரும்படிதான் எனது அப்பா அண்ணன்களுக்கு உபதேசித்துக் கொண்டிருந்தார். குறும்புத்தனங்கள் நிறைந்திருந்த எனது மனதை, ப்ரியானின் கல்வியல்லாது, அவரது அழகே பெரிதும் ஈர்த்திருந்தது. எப்போதாவது அவ்வாறு ஒரு அழகான தோற்றமுள்ளவரை திருமணம் செய்து கொள்ளக் கிடைத்தால் நல்லதென எண்ணிச் சிவந்த எனது முகத்தை கண்ணாடி மாத்திரமே கண்டிருந்தது.

"முன் ஜென்மத்துல நிறைய புண்ணியம் பண்ணியிருக்கீங்க பாப்பா. அதனாலதான் இந்த கடல் போல வீட்டுல ஒரு கஷ்டமும் தெரியாம வாழக் கிடைச்சிருக்கு... நடிகை ருக்மணிதேவி போல

அழகின்றதால, சார்ள்ஸ் குமாரனே உங்களைக் கண்டாலும் கூட உடனே கல்யாணம் பண்ணிக்கக் கேட்பான்'' என இரவில் எனது அறைக்கு வந்து, எனது கூந்தலைச் சீவி இறுக்கமாகப் பின்னிவிடும் சமயத்தில் ஜொஹானா கூறினாள்.

சார்ள்ஸ் குமாரன் திருமணம் முடித்த நாளில், சமையலறைக்குச் சென்று ஜொஹானாவிடம் அதைப் பற்றிக் கூறினேன்.

''ஐயோ ஜொஹானாம சார்ள்ஸ் இளவரசன் இப்படிப் பண்ணிட்டானே... அரச குடும்பத்தில இல்லாம வேறொரு குடும்பத்துல கல்யாணம் பண்ணிக்கப் போறானாம்... ஜொஹானாவையும் கூட்டிக் கொண்டு இங்கிலாந்துக்குப் போய், இளவரசன் பார்வையில பட அவன் போற, வர்ற பாதைகள்ல நிக்கணும்னு நான் நெனச்சுட்டிருந்தேன். இனி நான் போய் கடல்ல தான் குதிக்கணும்''

''வாயைத் தச்சு விட்டது போல சத்தமில்லாம இருந்தாலும், அத்தைகளைப் போலவேதான் பேச்செல்லாம். நான் எப்பவோ சொன்னதை மனசுல வச்சுட்டிருந்து கிண்டல் பண்றீங்க'' என்ற ஜொஹானா கையிலிருந்த அகப்பையை அசைத்தசைத்துச் சிரித்தாள்.

சத்தம் கேட்டு பாட்டி எட்டிப் பார்த்தாள். ஜொஹானா பாட்டியிடம் அந்தக் கதையைக் கூறினாள்.

''அப்பா நல்ல ஒரு இளவரசனைத் தேடித் தருவார்தானே'' என பாட்டி சொன்னதும், ஜொஹானா சிரிப்போடே ஆமோதித்துத் தலையசைத்தாள்.

அந்தக் கணத்திலும் ப்ரியான் என் மனதில் தோன்றி மறைந்தார். அவர் இப்போது யாராவது ஒரு மருத்துவம் படித்த பெண்ணைக் காதலித்துக் கொண்டிருக்கக் கூடும் எனவும் தோன்றியது. அனைத்து

இளம்பெண்களினுள்ளும் அவ்வாறானதொரு இரகசியக் காதல் இருக்குமோ எனத் தெரியாது. ப்ரியான் ஒருபோதும் என்னைக் கூர்ந்து கவனித்ததில்லை என்பதை அறிந்தே இருந்தேன். அவருக்கு என்னை நினைவிருக்கவும் வாய்ப்பில்லை.

"ப்ரியான் விடுமுறைக்கு வந்ததுமே கல்யாணம் நடக்கும். மகள் நான் சொல்றதை மீறி நடக்க மாட்டாள்னு நான் அவங்கக்கிட்ட சொல்லியிருக்கேன். இரு தரப்பிலயும் திரும்ப விசாரித்துப் பார்க்கவும் ஒண்ணுமில்ல"

இரவு உணவு மேசையில் வைத்து அப்பா தனது தீர்மானத்தை வெளியிட்டார். அம்மாவோ, பாட்டியோ எதுவுமே பேசவில்லை.

நான் இந்தளவு அதிர்ஷ்டசாலியானது எவ்வாறு என என்னால் எண்ணிப் பார்க்கக் கூட முடியவில்லை. ஹிந்தித் திரைப்படங்களில் கூட, மனதுக்குள் இரகசியமாகக் காதலிப்பவனை அவ்வளவு சீக்கிரமாக அடைய முடிவதில்லையே.

அன்றிரவு நான் இளஞ்சிவப்பு மேகங்களிடையே மிதந்தவாறு கட்டிலில் படுத்திருந்தபோது அம்மா எனது அறைக்கு வந்தார். வியப்படைந்த என்னால் பேசக் கூட முடியவில்லை.

"உனக்கு ப்ரியானைப் பிடிக்கலைன்னா பயப்படாம சொல்லிடு... அப்படி கட்டாயப்படுத்தி பிடிக்க வைக்க வேணும்னு இல்லையே"

நான் செவிமடுத்ததைத் தவறாகப் புரிந்துகொண்டு விட்டேனோ என எனக்குத் தோன்றியது. அம்மா, எனது கட்டிலருகே ஒரு நாடகத்தின் வசனங்களை மனனம் செய்யும் புதுமுக நடிகை யொருத்தியைப் போல நின்று கொண்டிருந்தார். எமது பாடசாலையில் ஒருபோதும் நாடகமொன்றில் நடித்த அனுபவமற்ற மாணவிகளை ஏதேனுமொரு கதாபாத்திரத்தில் நடிக்க தேர்வு

செய்தால் அவர்களும் இதைப் போலத்தான் நேராக நின்றுகொண்டு வசனங்களை ஒப்புவிப்பார்கள்.

'என்ன இது? ஒரு நாளுமில்லாம?' என எனக்குக் கேட்கத் தோன்றியது. என்றாலும் அவ் வசனங்களை வெளியே உதிர்த்திடாது விழுங்கியவாறு, அம்மாவைப் பார்த்துக் கொண்டிருந்தேன்.

"நாங்க அவங்கள ஏதாவது பார்ட்டிலயோ, விருந்துகளிலோ சந்திச்சுக்கிட்டதல்லாம, நல்லா நெருங்கிப் பழகியதில்லையே... இவ்வளவு காலமா இங்கிலாந்துல இருக்குற பையனுக்கு, யாராவது நெருக்கமான சிநேகிதி இல்லாமலிருக்க வழியில்லைதானே? கொஞ்சம் பேசிப் பழகிப் பார்த்து முடிவைத் தீர்மானிச்சா நல்லது, இல்லையா?"

நான் வியப்புக்குள்ளானேன். யாருடனும் நெருங்கிப் பழகாத அம்மாவால் எப்படி அவ்வாறு கூற முடிகிறதென ஆச்சரியப்பட்டேன். அம்மாவைப் போன்ற அமைதியான பெண்ணொருத்தி தனது பாடசாலைக் காலங்களில் அப்பாவுக்கு காதல் கடிதங்கள் எழுதினாள் என்பதைக் கூட என்னால் நம்புவது சிரமம்தான். அத்தைகள் அக்கால கதைகளைச் சொல்வார்கள். அம்மா ஒரு நாள் கூட அவ்வாறான கதைகளைக் கூறியதில்லை. அம்மாவின் பழைய புகைப்பட ஆல்பமொன்றில், அவரது விடுதித் தோழிகளுடனும், வகுப்பு மாணவிகளுடனும் கூட நின்று எடுத்துக் கொண்ட புகைப்படங்கள் இருக்கின்றன. எனினும், அம்மா அவர்கள் எவருடனும் தொடர்ந்தும் நட்பு வைத்துக் கொள்ளவில்லை. இருந்திருந்து எப்போதாவது ஒரு நாள், அம்மாவைப் பார்க்க யாராவது பழைய தோழிகள் ஓரிருவர் வந்து செல்வார்கள். அவர்கள் கூட நீண்ட காலமாக வரவில்லை.

அம்மா ஏதேனும் பதிலை எதிர்பார்த்து என்னையே பார்த்துக்

கொண்டிருந்தார். நான் கட்டிலின் ஒரு ஓரத்தில் சாய்ந்தமர்ந்து கால்களை மடித்து வைத்துக் கொண்டேன். கட்டிலின் மீது அமர்வதா, வேண்டாமா எனத் தீர்மானிக்க முடியாதவர் போல ஒரு கணம் தயங்கி நின்று, வேறு யாரோ ஒருவரது வீட்டுப் படுக்கையறைக்குப் வந்திருப்பது போல மெதுவாக அமர்ந்தார்.

'எனக்கு சிறு வயதிலிருந்தே ப்ரியானைப் பிடிக்கும்' என வெளிப்படையாகக் கூற எனக்குத் தயக்கமாக இருந்தது. அவை இதயத்தின் ஆழத்திலிருக்கும் இனிய ரகசியங்கள் மாத்திரமே. எனது வகுப்பு மாணவிகள் எவரும் கூட அவ்வாறானவற்றை தமது அம்மாக்களிடம் கூறியிருக்க மாட்டார்கள்.

''அப்பா நல்லா விசாரிச்சுப் பார்த்துட்டுத்தான் சொல்லியிருப்பார் இல்லையா? எப்படியும் தெரியாத ஒருத்தரை விட தெரிஞ்ச ஒருத்தரைக் கட்டிக்குறது நல்லதுதானே?''

எனது பதிலானது, அவ்வாறானதோர் சந்தர்ப்பத்தில் ஒரு தாயொருத்தி கூற வேண்டியதாகவும், மகளொருத்தி கூறக் கூடாததாகவும் கூட இருந்திருக்கக் கூடும்.

''நல்லா யோசிச்சுப் பார்த்து, ப்ரியானோட நல்லா கதைச்சுப் பார்த்துட்டு, முடிவைத் தீர்மானிக்குறது நல்லது'' என்ற அம்மா எனது படுக்கையருகே வைக்கப்பட்டிருந்த பொம்மைகள் வரிசையைப் பார்த்தார்.

''இதெல்லாம் அழுக்கான மாதிரியிருக்கு... கழுவியெடுத்தா நல்லாருக்கும்'' என்று கூறிய போது, எப்போதும் அமைதியற்று, கேள்விக் குறியோடு திகழும் அம்மாவின் முகபாவத்தில் சற்று அமைதி தோன்றி மறைந்தது.

''நான் கீழே போறேன்... இப்போ அப்பா வர்றநேரம்''

சடுதியாக எழுந்து நின்ற அம்மா, பாட்டியை விடவும் வயதானவர் போல மெதுவாக நடந்து வெளியேறினார். அவர் கீழே இறங்கிப் போகும் காலடியோசை கூடக் கேட்கவில்லை.

அந்த நாட்களில் ப்ரியானின் அம்மா உடல்நலம் குன்றியிருந்தார். அவருக்கு இருதய சத்திர சிகிச்சை மேற்கொள்ளத் தீர்மானிக்கப் பட்டிருந்தது. அதற்கு முன்பாக மகனின் திருமண வைபவத்தை முடித்துவிட அவர் பெரிதும் விரும்புகிறார் என பாட்டி கூறினார்.

''இவளுக்கு இன்னும் வயசிருக்கு... இப்பவே கல்யாணத்துக்கு என்ன அவசரம்? ஆபரேஷன் முடிஞ்சு நிம்மதியா, ஆறுதலா கல்யாணத்தை நடத்தினாப் போதாதா? வேணும்னா பதிவு பண்ணி வச்சுட்டு, இவளுக்கும் இங்கிலாந்துக்கு விஸா கிடைச்ச பிறகு, பெருசா கல்யாணத்தை எடுத்தா என்ன?'' என பாட்டி, அத்தைகள் இருக்குமிடத்தில் கூறினார்.

''இல்ல... கல்யாணத்தை முடிச்சுட்டு, ஆபரேஷனும் முடிஞ்ச உடனே ப்ரியான் இங்கிலாந்துக்கு திரும்பப் போயிடுவார்... இவளுக்கு விஸா கிடைச்சதுமே மூத்தவனோட இவளை அங்கே அனுப்பிடலாம்'' என அப்பாவின் முடிவைச் சொன்னதும், அதை மறுத்து அங்கு யாருமே கதைக்கவில்லை.

ப்ரியானின் அம்மா, பரிசுப் பொதிகளை எடுத்துக் கொண்டு என்னைப் பார்க்க வந்தார். அவரது வீட்டுக்கும் அழைத்துக் கொண்டு போய் ப்ரியானின் சிறு வயது புகைப்படங்களைக் காட்டினார். அவரது தங்க நகைகளில் எனக்கு விருப்பமானதைத் தேர்ந்தெடுக்கும்படி கூறினார். திருமண ஆடையலங்கார சஞ்சிகையொன்றைக் காட்டி எனக்குப் பிடித்த ஆடைகள், விருப்பமான பூங்கொத்துக்களைப் பற்றி கேட்டறிந்தார். ஏதோ

சொர்க்கலோகத்தில் சஞ்சரித்துக் கொண்டிருப்பது போல நான் உணர்ந்தேன். இவையனைத்தையும் எனது அம்மாவிடம் கூற வேண்டும் என்றாலும், அம்மா வழமைபோல அமைதியாகவே இருந்தார்.

"எனக்கு பெரிய ஆபரேஷன் எதுவுமில்ல... பேஸ் மேக்கரொண்ணு பொருத்தணும்... நான் களைச்சிப் போயிடுவேன்னு ப்ரியானோட அப்பாதான் பயப்படுறாரு... இல்லேன்னா ப்ரியானுக்கு பிடிச்ச சாப்பாடுகளை எப்படி சமைக்குறதுன்னு நான் உனக்குக் கத்துக் கொடுத்திருப்பேன்."

"ப்ரியானுக்கு என்னென்ன சாப்பிடப் பிடிக்கும்னு சொல்லுங்க... நான் ஜொஹானாக்கிட்டக் கேட்டு அதையெல்லாம் சமைக்கக் கத்துக்குறேன்" என மிகுந்த உற்சாகத்துடன் அவற்றைக் கேட்டறிந்தேன். அதுவரையில் நான் ஏதேனும் சிறு தீன் பண்டங்களைச் செய்ய அறிந்திருந்தேனே தவிர, சோறு, கறி வகைகளை சமைக்க அறிந்திருக்கவில்லை. அத் தீன்பண்டத் தயாரிப்பைக் கூட பாட்டியிடமிருந்தும், அத்தைகளிடமிருந்துமே அறிந்து வைத்திருந்தேன்.

பெரிய அண்ணனின் முதலாவது பிறந்த நாளின் போது, அம்மாவே கார் வடிவில் ஒரு கேக்கைத் தயாரித்துக் கொண்டாடிய புகைப்படங்கள் வீட்டில் இருக்கின்றன. அண்ணனின் ஐந்தாவது பிறந்த நாளின் போது, பெரிய கேக்கொன்றின் மீது காரோட்டப் பந்தயம் போல, வண்ண வண்ணக் கார்களைக் கொண்ட கேக்கொன்றின் புகைப்படங்களும் இருக்கின்றன.

"மூத்தவரின் அஞ்சாவது பொறந்த நாளுக்கப்புறம், அம்மா கேக் செய்யவேயில்ல. அவருக்கு எல்லாமே சலித்துப் போயிட்டுது" என ஜொஹானா ஒருநாள் வாய் தவறி உளறி விட்டாள். நான் அதைக்

குறித்து கேட்டறியவில்லை. காரணம், எமது பிறந்த நாட்களுக்கு உயர்தரமான கேக்குகள் வீட்டுக்கே வரவழைக்கப்பட்டன.

எனது தோழிகள் பல்கலைக்கழகம் செல்ல கனவு கண்டு கொண்டிருக்கும்போது, நான் ப்ரியானுடன் இங்கிலாந்துக்குச் சென்று அங்கு பனிபடர்ந்த தெருக்களில், அவரோடு கைகோர்த்தபடி நடந்து செல்வதை கற்பனை செய்து பார்த்தவாறிருந்தேன். புத்தகங்களில் படித்திருக்கும் அரச மாளிகைகள், ஆளுநர் பங்களாக்களைப் பார்க்கச் செல்ல கனவு கண்டு கொண்டிருந்தேன். ப்ரியானின் புகைப்படமொன்றை கண்ணாடி மேசையின் மீது வைத்துக் கொண்டேன். வெள்ளி நிற சிற்ப அலங்காரங்கள் பொறிக்கப்பட்ட சட்டமொன்றில் அதை இட்டிருந்தேன்.

''உன்னோட முட்டாள் தனமும் சாதாரணமானது தான்... ப்ரியானைப் பார்த்ததுமே பொண்ணுங்களோட இருதயம் நின்னுடும்.. பொண்ணுங்க நெஞ்சு வலிக்குதுன்னு பொய் சொல்லிட்டு அவரோட கிளினிக்குல நுழைஞ்சிடவும் வாய்ப்பிருக்கு'' என வகுப்புத் தோழிகள் எனது தீர்மானத்தை இவ்வாறு தான் புரிந்து கொண்டார்கள்.

''அழகில்லைன்னாலும் கூட நான் அவரை ஏத்துக்கிட்டுத்தான் இருப்பேன்ம என்னோட அப்பா ஒரு நாளும் எனக்கு தீங்கிழைக்க மாட்டார்'' என நான் எல்லோரிடமும் கூறினேன்.

அவர் வந்து ஒரு கிழமையில் திருமணம் செய்ய நாளும், நேரமும் குறிக்கப்பட்டிருந்தது. ஆகவே திருமண ஆடைகளையும், நகைகளையும் வாங்க அத்தைகளும் கூடவே வந்தார்கள். அம்மா கடுமையான தலைவலி எனக் கூறி வீட்டிலிருந்தார். அத்தைகள், அம்மாவை விட தீர்க்கமான வண்ணங்களில் ஆடையணியவும், மிகவும் பளபளப்பான நகைகளை அணிந்து கொள்ளவும்

விரும்புபவர்கள். அம்மா மிகவும் அமைதியான நிறங்களில் தனது ஆடைகளைத் தேர்ந்தெடுத்து அணிவார். விஷேடமாக அலங்கரித்துக் கொள்வதில்லை. அத்தைகள் அதற்கு நேரெதிர். ஜொலிப்பதில் தோரணங்களை விட சற்றுத்தான் குறைவு என அண்ணன்கள் சொல்வார்கள். திருமண ஆடைகளைத் தேர்ந்தெடுக்கும்போதும், நகைகளைத் தேர்ந்தெடுக்கும்போதும் அம்மாவுக்குப் பிடித்தமானவை போன்றவையே என் மனதையும் ஈர்த்தன. அதனால் என்னைக் கவர்ந்தவை குறித்து தீர்க்கமான முடிவுடன் இருந்தேன்.

"எங்க செல்ல மகளுக்குப் பிடிச்ச மாதிரிதான் எல்லாத்தையும் வாங்கணும்... எப்போவாவது என்னோட நகைப் பெட்டியும் கூட இவளுக்குத்தான் சொந்தம்" எனக் கூறியவாறு ப்ரியானின் அம்மா, எனக்கு சார்பாக இருந்தார்.

நாங்கள் கடைக்குப் போய் வந்ததும், வாங்கிக் கொண்டு வந்தவற்றைப் பார்த்து அம்மா மெலிதாகப் புன்னகைக்க முற்பட்டார். அம்மாவின் தோளைப் பிடித்து உலுக்கி அவரை சுய நினைவுக்குக் கொண்டு வர வேண்டுமென எனக்குத் தோன்றியது.

"இதெல்லாத்துக்கும் திருஷ்டி சுற்றிப் போடணும்" என்று கூறியவாறு சாம்பிராணி புகைக் கூட்டை எடுத்துக் கொண்டு வந்து ஆடைகளும், நகைகளும் வைக்கப்பட்டிருந்த கட்டிலைச் சுற்றி வந்தார் பாட்டி.

"இது ஒரு அவசரக் கல்யாணம்தான். ஆனாலும் எங்க காலத்துல கூட அப்படித்தானே? என்னோட அம்மா கல்யாணம் பண்ணிட்டுப் போகும் வரைக்கும் அப்பாவோட முகத்தைக் கூட சரியாக் கண்டதில்லையாம்" என்ற பாட்டியின் கதையைக் கேட்டு அத்தைகள் சிரித்தார்கள். அந்தச் சிரிப்பில் கலவரமடைந்த நாய்கள் இரண்டும்

கீழ்த் தளத்துக்கு விரைந்தோடின. பொன்குளவியொன்று எனது கட்டிலருகே கூடொன்று கட்டத் துவங்கியிருந்தது.

"எல்லோரும் இங்கபாருங்க... இது நல்ல சகுனம்... இந்தப் பொன் குளவிக் கூட்டை உடைச்சிட வேணாம்" என்று பெரிய அத்தை கூறினார்.

அத்தைகள் எல்லோரும் வந்து ஓரிரவு தங்கி கேக் செய்தார்கள். கேக்குக்கு உலர்ந்த பூக்கள் வெட்டும்பணிக்கு உதவி செய்யவென எனது தோழிகளும் வந்திருந்தார்கள்.

"இந்தக் காலத்துல எல்லோருமே கேக்கை வெளியேயிருந்து வாங்கிடறாங்க... அதுல ஒரு துண்டை வாயில வச்சதுமே தெரிஞ்சிடும் அதோட மோசமான தரம்" என்ற அத்தைகள் எனது தோழிகளுக்கு நல்லதொரு திருமண கேக்கைத் தயாரிப்பது எவ்வாறு என பாடமெடுத்தார்கள். கேக் கலவைக்கு ப்ராண்டி மதுபானத்தை ஊற்றி ஓரிரவு முழுவதும் ஊற வைப்பதைக்குறித்து நான் அவ்வளவு காலமும் அறிந்திருக்கவில்லை. அது என்னுடைய கல்யாண வீடுதானா என எனக்கு வியப்பாக இருந்தது. அந்நாட்களில் நான் கனவுகளில் மிதந்து கொண்டிருந்தேன். கேக் வாசனையை உணர்ந்த அண்ணாக்கள் அவற்றை சுவை பார்க்க வந்தார்கள்.

"அதைத் தொடக் கூடாது பிள்ளைகளே" என அத்தைகள் கூச்சலிட்டார்கள். ப்ரியானின் அம்மாவும் வந்திருந்தார். ப்ரியானுக்கு தொலைபேசி அழைப்பினை ஏற்படுத்தி, கதைக்கும்படி கூறி என்னிடம் தொலைபேசியைத் தந்தார்.

"நிறைய வேலை நடந்துட்டிருக்கோ?" என ப்ரியான் கேட்டதும் "ம்ம்" என்று மாத்திரம்தான் என்னால் சொல்ல முடிந்தது. அதற்கு முன்பும் ப்ரியானின் அம்மா இப்படி தொலைபேசியில் தொடர்பேற்படுத்திக் கொடுத்த போதும் எதுவுமே என்னால் கதைக்க

முடியவில்லை.

'உனக்கு என்னைப் பிடிச்சிருக்கா?' என்று அவர் கேட்டால் சொல்ல வேண்டிய பதில் எனது மனதிலிருந்தது. அந்தப் பதில் ஒரு கவிதையைப் போல இருக்க வேண்டுமென எண்ணியிருந்தேன். அதனால் மீண்டும் மீண்டும் செதுக்கித் திருத்தி ஒரு கட்டுரையை கவிதையாக்கும் முயற்சியில் பெரும் பாடுபட்டுக் கொண்டிருந்தது மனது.

'நான் கண்டிருப்பதிலேயே மிக அழகான ஒருவரிடம், யாருமே குற்றம் குறையொன்று கண்டிராத ஒருவரிடம் அந்தக் கேள்வியைக் கேட்க வேண்டியது நான்தான். ஆனாலும் அதைக் கேட்க பயமாக இருக்கிறது எனக்கு' என்ற பதிலைக் கூறிவிட மனம் தயாராக இருந்த போதிலும், அவர் அவ்வாறான ஒரு கேள்வியைக் கேட்கவேயில்லை.

"அங்கே வர்றதுக்கு முன்னாடி செஞ்சு முடிக்க வேண்டிய வேலைகள் நிறைய இருக்கு" என்று அவர் சொன்னதன் பிறகு, நான் அவரிடம் வேறு என்னதான் கேட்க முடியும்? 'அவை என்னென்ன வேலைகள்?' போன்ற முட்டாள்தனமான கேள்விகளைக் கேட்கவும் முடியாதே.

"அப்போ நான் வைக்கிறேன்" என்று அவர் சொன்னதும், உடனே நான் "குட் நைட்" என்றேன். அந்நேரம் அங்கு காலை நேரமாகவும் இருந்திருக்கக் கூடும்.

நாங்கள் கேக் தயாரித்ததற்கு அடுத்த நாள் ப்ரியானின் அம்மா உறக்கத்திலேயே மூச்சுத் திணறி மரணித்துப் போயிருந்தார். தனது திருமணத்துக்கு வரவிருந்த ப்ரியான் மரண வீட்டுக்குத்தான் வர நேர்ந்தது.

"இனி இப்போ கல்யாணத்தைத் தள்ளிப் போடணும்" என்று கூறிய அம்மாவின் தொனியில் கவலையிருக்கவில்லை.

"ஏழு நாள் காரியங்கள் முடிஞ்சதுக்கப்புறம், கல்யாணத்தைப் பதிவு பண்ணிட்டு போகச் சொல்வோம். குடும்பத்துல கொஞ்சம்பேர் இருந்தாப் போதும்" என்றார் அப்பா.

ப்ரியான் விமான நிலையத்திலிருந்து வந்த ஒரு மணித்தியாலத்துக்குள் இறுதிச் சடங்குகள் நிறைவுற்றன. கல்கிஸ்ஸ மயானத்தில் இறுதிச் சடங்கு நிகழ்வின் போது ப்ரியானின் அருகிலேயே இருக்கும் படி எனக்குக் கட்டளையிட்டிருந்தார் அப்பா. ப்ரியான் என்னைப் பார்த்து சற்றுத் தலையசைத்தார். கறுப்பு மேகங்களால் இருண்டிருந்த ஆகாயத்தை நோக்கி மயானத்தின் முதல் புகை எழுந்தபோது, ப்ரியான் வெள்ளைக் கைக்குட்டையால் தனது கண்களை அழுத்தி மூடிக் கொண்டார். எனக்கு ஒரு கைக்குட்டை போதாமலிருக்கும் அளவுக்கு அழுகை வந்தது. அந்த அம்மாவுடன் நெருக்கமான தொடர்பொன்று உருவாகியிருக்கவில்லை என்றபோதும், அந்த அம்மாவினது மகளாக ஆகத்தானே காத்துக் கொண்டிருந்தேன்.

மரண வீட்டின் அனைத்துக் காரியங்களையும் எனது தந்தை முன்னின்று செய்திருக்கக் கூடும். சடங்கு சம்பிரதாயங்கள் முடிந்து, அந்த வீட்டைத் தூய்மைப்படுத்தவும், அப்பாவின் தொழிற்சாலையில் பணி புரியும் பெண்கள் சிலர் வரவழைக்கப் பட்டிருந்தார்கள்.

"நீ ப்ரியானோடு கொஞ்ச நேரம் கதைச்சுக் கொண்டிருந்துட்டு வா... நான் கார்ல ஒண்ணை விட்டுட்டுப் போறேன்" என்று அப்பா என்னிடம் கூறினார்.

"அப்படின்னா நானும் இருந்துட்டு மகள் கூட வந்துடறேன்" என்று கூறிய அம்மா விறாந்தையிலிருந்த ஒரு கதிரையில் அமர்ந்து கொண்டார்.

'வாபோகலாம்... தெரியாத இடமா இது?' என அப்பா அம்மாவை

நோக்கி சத்தம் போடக் கூடுமென நான் எதிர்பார்த்தேன். எனினும் ஏதோ சொல்ல வந்து தயங்கியதைப் போல நின்று பின்னர் வார்த்தைகளை வெளியே விடாது அப்பா புறப்பட்டார்.

"ரொம்பக் களைப்பா இருக்கு... தூங்கணும்" என்றார் ப்ரியான்.

அவர் என்னிடம் 'மேல் மாடிக்குப் போகலாம்' என்று கூறவில்லை. எனினும், நான் அவர் பின்னாலேயே சென்றேன். நான் பின் தொடர்வதை அவர் உணராதவர் போல அவரது அறைக்குள் நுழைந்தார். அறை வாசலருகே வைத்து என்னைத் திரும்பிப் பார்த்தார்.

"ஏன் தங்கச்சி... என்ன இது?" என்ற அவரது முகத்தில் வர வேண்டாம் என்று சொல்வதைப் போன்ற பாவனையிருந்ததால் எனது முகம் சிவந்தது.

"நான்... நான் உங்களுக்கு குடிக்க ஏதாச்சும் எடுத்துட்டு வரட்டுமா?" வியக்கத்தக்க வகையில் எனது சுய கௌரவத்தைக் காத்துக் கொள்ளும் விதமான கேள்வியொன்று என்னிலிருந்து வெளிப்பட்டது.

"வேண்டாம்... நன்றி" என அவர் ஆங்கிலத்தில் பதிலளித்தார். பின்னர், 'பரவாயில்லை... உள்ளே வா' என அறைக்குள்ளே வரும்படி சைகை செய்தார்.

"எனக்கு ரெண்டு நாளைக்கு தொடர்ச்சியா தூங்கணும்போல களைப்பா இருக்கு... ஆனாலும் இந்தப் பிரச்சினையையும் தீர்த்துட்டா நல்லதுதான்" என்று கூறிய அவர் கட்டிலின் மீது அமர்ந்தவாறு எதிரே இருந்த வட்ட வடிவக் கதிரையை எனக்குக் காட்டினார். பலத்த காற்றுடன் போராடியவாறு ஜன்னல் திரைகள் அறையினுள்ளே அசைந்து கொண்டிருந்தன. வானம் அழவும், மேகங்கள் மோதி இடி இடிக்கவும் தொடங்கின. அறையின் மேன்மாடத்திலும் மின்னல்

வெட்டி மறைந்தது.

''என்னை மன்னிக்கணும்''

மின்னல் வெட்டியதற்கெல்லாமா மன்னிப்புக் கேட்பார்கள்? எனது உடல் குளிரில் சிலிர்த்தது.

''இந்தக் கல்யாணத்துக்கு ஒத்துக்கச் சொல்லி என்னோட அம்மா வற்புறுத்திட்டிருந்தா. தவிர்க்குறதுக்கு 'நீ வயசுல ரொம்ப சின்னவ... ரொம்ப அழகாயிருக்கே'ன்னு காரணங்கள் சொல்லிட்டிருந்தேன்.''

வெண்ணிற மேற்சட்டையும், கறுப்பு காற்சட்டையும் அணிந்து மயானத்திலிருந்து வந்ததுமே வியர்வை வழிய அவ்வாறான ஒரு உரையாடலைத் தொடங்குவார் என்பது எனது கனவுகளில் ஒருபோதும் இருக்கவில்லை.

''அம்மாதான் எனக்காக எல்லாமும் பார்த்துப் பார்த்து செய்தார். அம்மா ரொம்பக் கஷ்டப்பட்டு நடத்திக் கொண்டு போன வியாபாரங்களிலிருந்து வந்த பணத்தில்தான் அப்பா இவ்வளவு அழகான ஒரு வீட்டைக் கட்டியிருக்கார். அம்மாவுக்கு நெஞ்சு வருத்தம் வந்ததுல நான்தான் ரொம்ப பாதிக்கப்பட்டேன். தங்கச்சி... நீங்க கோவிச்சுக்க வேணாம். சில வேளை உங்க வீட்டுல வற்புறுத்தியதால நீங்களும் இதுக்கு சம்மதிச்சிருக்கக் கூடும். நான் அங்க ஒரு நர்ஸ் கூட வாழ்ந்திட்டிருக்கேன். மோனா தென்னாபிரிக்காவிலிருந்து வந்த பொண்ணு. என்னோட அம்மா அங்க வந்திருந்தப்போ அவளைக் கண்டு 'பொண்ணு கறுப்பா இருக்கா'ன்னு ரொம்ப எதிர்த்தா. கடைசில 'அம்மாவோட மனசை நோகடிக்க வேணாம்'னு மோனாவே சொல்லிட்டா.''

நான் ஒரு கேள்வி கூடக் கேட்காது அங்கிருந்து எழுந்து வந்தேன். விறாந்தையிலிருந்த கதிரையில் அம்மா வெண்ணிற சேலையைப் போர்த்தியவாறு அமர்ந்திருந்தார். அச்சிறிய நேரத்துக்குள்

விறாந்தையைச் சுற்றிவர இருந்த வடிகான்கள் நிறைந்து ஓடுமளவிற்கு வானம் அழுதிருந்தது.

''நாங்க போகலாம்.''

அம்மா என்னிடம் எதுவுமே கேட்கவில்லை. எனது உடல் நடுங்கிக் கொண்டிருந்தது. அம்மா எழுந்து தனது வலது கையால் எனது இடுப்பைச் சுற்றி அணைத்துக் கொண்டார். எமது சாரதியை அம்மா எப்படிக் கண்டுபிடித்தார் என எனக்கு நினைவில்லை. நாம் நனைந்திடாதவாறு யாரோ எமக்கு பெரிய குடையொன்றைப் பிடித்தார்கள். எனது உடல் படபடத்தது. வீட்டுக்கு வந்து சேர்ந்த போது காய்ச்சல் பீடித்திருந்தது.

அதன் பிறகு நீடித்த சில காலம் என்னவெல்லாம் நடந்ததென்பது நினைவிலில்லை. இறுதியில் நான் கொழும்பு பல்கலைக்கழகத்துக்கு வந்து சேர்ந்திருந்தேன்.

''இதுக்கெல்லாம் எதுக்கு போகணும்? பிறகொரு நாள், அண்ணாக்களைப் போல கேம்ப்ரிட்ஜ்கோ, ஹாவர்ட்க்கோ போய் படிக்கலாம்'' என அப்பா உத்தரவிட்டார்.

''இல்ல... எனக்கு இங்கேதான் இருக்கணும்'' என உணவு மேசையருகே நான் அமர்ந்திருந்த கதிரை கீழே விழுமளவுக்கு வேகமாக எழுந்து நின்று கத்தினேன். நாய்கள் இரண்டும் திடுக்கிட்டு பின்னால் எகிறின.

''ஆமா... மகள் அவள் விரும்புற இடத்துக்குத் தான் போகணும்'' என அம்மா என்னை விடவும் உறுதியான குரலில் கூறினார்.

அப்பாவின் ஒரு கரம் உயர்ந்து, ஒரு கணம் அந்தரத்தில் நின்று அப்படியே தாழ்ந்தது.

குறுந்தகவல்

சுநேத்ரா ராஜ கருணாநாயக

கிளி நொச்சியிலிருந்து வடமராட்சி நோக்கி நாங்கள் பயணித்துக் கொண்டிருந்தோம். கைவிடப் பட்டயுத்தடாங்கியொன்றும் அதற்கப்பால் அநாதரவாகக் கிடந்த புகையிரதப் பெட்டிகளும் தென்பட்டன. யாழ்ப்பாணம் வரை நீண்டிருந்த புகையிரதப் பாதையில் தண்டவாளங்கள் இன்னும் எஞ்சியிருக்கின்றனவா எனப்பார்த்து வரத் தோன்றிய போதும். அதை நெருங்க முன்பு கண்ணி வெடியொன்றில் சிக்கிகால்களை தானம் கொடுத்துவிட்டு, ஆம்புலன்ஸ் வண்டியொன்றில் கொழும்புக்குத் திரும்ப வேண்டிவருமென்ற அச்சமும் உதித்தது. அதற்கருகாமையிலிருந்த தாழ்ந்தசுவர்களுடன் கூடியசிறிய மண்குடிசையில் ஆங்காங்கே பலவர்ணங்களில் பீங்கான் பளிங்குத் துண்டுகள் பதிக்கப்பட்டிருந்தன. அவை குண்டுத்தாக் குதலில் சேதமானவசதியான வீடொன்றின் சிதைவுகளில் சேகரிக்கப்பட்டு மண்சுவரில் பதிக்கப்பட்டவையாக

இருக்கக்கூடும். தேவதைக்கதை யொன்றைவாசிக்கும் போது மனதில் தோன்றும் விதமான தோற்றத்திலிருந்த அக்குடிசையின் கூரையில் தென்னோலையில்லாது வைக்கோல் இருந்திருந்தால் இன்னும் அழகாக இருந்திருக்கும். எனினும் கடந்த பத்து வருடங்களுக்கும் மேலாக அதைச்சுற்றியிருந்த வயல் விதைக்கப் பட்டிருக்கவில்லை. மனிதர்களின் எல்லைக் கோடுகளையும், சண்டை சச்சரவுகளையும் அறிந்திருந்திராத மாடுகள், அவ்வயல்களில் விழுந்த மனித உடலுறுப்புகளின் சாற்றை உறிஞ்சி செழித்து வளர்ந்து பளபளக்கும் கோரைப்புற்களால் கவரப்பட்டு அங்குசென்று எலும்புக் கூடுகளாக மாறி ஆங்காங்கே விழுந்து கிடந்து அவ்விடத்துக்கு உரமாகிக் கொண்டிருந்தன.

'இந்த இடங்கள்ல புதைக்கப் பட்டிருக்குற கண்ணிவெடிகளை அகற்றிட்டு, ரெண்டு தடவைகளாவது அதை உறுதிப் படுத்திட்டுத்தான் ஊர் மக்களுக்குக் கையளிக்கப் போறோம்.'

வாகனத்தின் முன்னால் அமர்ந்திருந்த சார்ள்ஸ் எனது மனதை வாசித்தவர் போலகூறினார். எனினும் பாதை யோரத்தில் கூரையுடைந்த நிலையிலிருந்த அரிசி ஆலையொன்றின் அடையாளத்தைத் தவிர அங்கு ஊரொன்று இருந்ததற்கான அடையாளமே தென்படவில்லை.

சட்டத்துறையில் பட்டப்படிப்பைப் பூர்த்தி செய்துவிட்டு, சர்வதேச இயக்கமொன்றின் ஊடாக வன்னிக்கு வந்திருந்த சார்ள்ஸ்க்கு கண்ணி வெடிகளை அகற்றும் தொழிலானது, இளம் வயதில் ஆசிய நாடுகள் எதிர்கொள்ளும் சிக்கல்கள் பற்றிய நல்ல அனுபவமாக இருந்தது. எனினும் இவ்வாறான வறண்ட சூழலில் பொழுது போக்குகள் ஏதுமற்று தினந்தோறும் கண்ணிவெடிகள் புதைக்கப்பட்டிருந்த நிலங்களில் அலைந்ததன் பிறகு அவரது வாழ்க்கையிலும் ஏதேனும்

மாற்றங்கள் உருவாகியிருக்கக்கூடும். எனக்கும் கூட அது தற்காலிக பணி நிமித்தமான சிறிய தொரு வேலையாக இருந்த போதிலும், கொழும்பிலிருந்து இயல்பாக வந்த எனதுள்ளத்தில் வவுனியாவில் வைத்து ஏதோவொரு மேலதிக பாரம் ஏறியிருந்தது. வெள்ளை பூசியதும், விசாலமான விளக்குகளால் அலங்கரிக்கப் பட்டதுவும், நேர்த்தியாக செதுக்கப்பட்ட புல்வெளிகளையும் மரங்களையும் கொண்ட இராணுவ முகாம்களும், சிறந்ததார் வீதிகளும் அமைந்திருந்த நகரத்தின் வியாபார நிலையங்கள் அநேகமானவற்றின் பெயர்ப் பலகைகள் தமிழில் எழுதப் பட்டிருந்தன. தமிழ் எழுத்துக்கள் சிலவற்றை அறிந்திருந்த போதிலும், பெயர்ப் பலகைகளை வாசிக்குமளவுக்கு தமிழை அறியாதிருந்ததால் ஏதோ அந்நிய உணர்வு தோன்றியதால் இருக்கக்கூடும்.
'இவ்விடத்தைக் கடந்த பிறகு கவிதை அனுப்ப இயலாதிருக்கக்கூடும். எனினும் எனது கவிதை நீங்கள் தான்.'

அமைச்சரொருவராக இருந்த எனது காதலனுக்கு மேற்படி குறுந்தகவலைகைத் தொலைபேசிவழியாக அனுப்பிவிட்டு, அம்மாவையும் தொலைபேசி வழியாகத் தொடர்பு கொண்டு விபரம் கூறிவிட்டு நான் ஓமந்தை காவலரணுக்கு செல்லத் தயாரானது ஏதோ திரும்பி வர முடியாத தூரப்பயணம் போகப் போவதைப் போன்று தான். ஓமந்தை காவ லரணை அடையும் வரைக்கும் காதலனிடமிருந்து பதில் வராதது அவர் பாராளுமன்றத்தில் இருப்பதனால் இருக்கக்கூடும். ஓமந்தையிலிருக்கும் இலங்கை இராணுவக் காவலரணிலிருந்து வெளியேற ஒரு மணித்தியாலமாவது சென்றிருக்கும். வவுனியாவுக்கோ கொழும்புக்கோ செல்ல பேரூந்துகளில் வந்திருந்த கிளி நொச்சிவாசிகள் பாதையின் இருமருங்கிலும் வேறாக்கப்பட்டிருந்த வேலிகளுக்கிடையேயிருந்த ஒற்றையடிப்பாதையில் வரிசையாக, புன்னகையேது மற்றகளைத்த முகங்களோடு நகர்ந்து கொண்டிருந்தார்கள்.

விடுதலைப்புலிகள் இயக்கத்தின் சட்டத்திற்கிணங்க மணித்தியாலத்துக்கு முப்பது கிலோமீற்றர்கள் வேகத்தை மீறி பயணிக்க முடியாது. அது கொழும்பிலிருந்து வருபவர்களுக்கும், சிரேஷ்ட விடுதலைப்புலி உறுப்பினர்களுக்கும் கூட எவ்வித வேறுபாடும் பார்க்காது செயற்படுத்தப்படும் சட்டமாகும். எனவே நகரத்துக் கருகாமையில் குடியிருக்காதவர்களுக்கு கொழும்புக்கோ, வவுனியாவுக்கோ பயணிப்பதென்பது பெரும் சிக்கலுக்குரியதாகும். அவர்களது வதனங்களிலிருந்த நிச்சயமற்றதன்மையானது, அப்பிரயாணத்துக்கு மாத்திரமல்லாது ஷெல்தாக்குதல்கள், கண்ணி வெடிகள் நிறைந்த சூழலில் நெடுங்காலம் வாழ்வதால் உருவான தோற்றமாக இருக்கக்கூடும். எனக்கும், எனது சாரதியான விமலுக்கும் வன்னி எல்லையில் தோன்றக்கூடிய பதற்றமானது, வன்னிவாசிகள் கொழும்புக்குப் போகும்போது தோன்றக்கூடிய உணர்வுகளை விடவும் சற்றுத் தாழ்ந்ததுதான். எனக்கு பிரச்சினைகள் ஏற்படச் சாத்தியமிருந்தது கவனமில்லாது, விபத்து அடையாளங்களைக்கண்டு கொள்ளாது, பிரதான தெருவைத் தாண்டி நடந்து சென்றாலோ, பாம்பொன்று தீண்டினாலோ மாத்திரம்தான். சார்ள்ஸும், ஏனைய வெளி நாட்டவர்களும் அவர்கள் குடியிருந்த வீடுகளுக்கு அடிக்கடி பாம்புகள் படையெடுப்பதாகக் கூறியிருந்தார்கள். அந்த வீடுகள் நெடுங்காலமாக பாம்புகளின் குடியிருப்புகளாக இருந்திருக்கக் கூடும். சர்ப்பங்களே இடைவேளை குறித்தோ, வெள்ளைத் தோலைக் கொண்ட மனிதர்கள் வந்து ஜெனரேட்டர்கள் மூலம் அவ்வீடுகளுக்கு மின்சாரத்தைப் பெற்று ஒளியேற்றுவதைக் குறித்தோ, சுவர்களையும், கூரைகளையும் சீராக்கி, அவ்வீட்டு முற்றங்களில் பூச்செடிகள் வளர்ப்பதைக் குறித்தோ அறிந்திருக்காது. ஏதோவொரு ஞாபகத்தில் அவை தமது பிறப்பிடங்களைத் தேடி வருவதாக இருக்கக்கூடும். வெளி நாட்டவர்களால் வாடகைக்குப் பெற்றுக் கொள்ளப்பட்டிருந்த

வீடுகளிலும், நகரத்திலுமல்லாது குறுக்குப் பாதைகளிலிருந்த வீடுகளுக்கு மின்சாரம் இருக்கவில்லை.

வட்ட வடிவில் மர ஆப்பு அடையாளத்தைக் கொண்டிருந்த இடத்தை நாங்கள் கடந்து கொண்டிருந்தோம். அது இராணுவ முகாமொன்று இருந்த இடமாக இருக்கக்கூடும். தைத்தாண்டி ஒருகளப்பு. பாயின் இடது புறத்தில் சற்றுத் தொலைவிலிருந்து உயர்ந்த மண்மேடுகளும் அவ்விடத்தில் முன்பு இராணுவ முகாம் இருந்திருக்கக் கூடும் என்றன. அதைக்கடந்ததும் நூறுமீற்றர்கள் தொலைவில் நிலக்கண்ணி வெடிகள் புதைக்கப்பட்டிருக்கலாம். எனினும் பத்து சென்றிமீற்றர்கள் ஆழத்தில் புதைக்கப்படும் கண்ணி வெடிகள் மழைக்காலத்தில் தண்ணீர் நிறையும் போது வேறிடத்துக்கு இடம் பெயரும் சாத்தியம் இல்லாமலுமில்லை. கண்ணிவெடியொன்று வெடிக்க நான்கு கிலோகிராம் கனமுள்ள அழுத்தம் போதுமானது. எனினும் பாம்புகளுக்கு சம்பந்தமற்றது அது என்பதால் அவை பங்கர்களைப் பகிர்ந்து கொள்ள வரக்கூடும். அக்கணத்தில் போர்க்களத்தைக் கைவிட்டுச் சென்றதால் தனித்துப் போன இராட்சத காவல் வீரர்களைப் போல வீற்றிருந்த பனை மரங்களுக்கிடையே விசாலமான மஞ்சள் உருண்டையென சூரியன் மேலேறிக் கொண்டிருந்தது கூட, நான்காரிருளில் பங்கரொன்றுக்குள் சுருண்டு கிடந்து, வெடியோசைகளை செவிமடுத்துக் கொண்டிருப்பது போன்ற உணர்வைத் தந்தது. வெண்தாமரைகள் பூத்திருந்த குட்டை யொன்றைக் கண்டதும் அது சடுதியாக என்னை எழுப்பி விட்டதைப் போன்றிருந்தது. ஒருபோதும் எதிர்பார்த்திருந்திராத அக்காட்சி 'ஐயோ விமல்... கொஞ்சம் வண்டியை நிறுத்துங்க... எனக்கு போட்டோ ஒண்ணு எடுக்கணும்' என என்னைத் தானாகக் கூறத் தூண்டிவிட்டது. அநேகமான இளம் உயிர்கள் அழிந்து போன அந்த நிலத்தில் இன்னும் வெண்தாமரைகள் பூத்துச்சிரிப்பது ஏதோவொருநல்ல எதிர்

பார்ப்புக்கான அறிகுறி போன்றது. விமல் உடனே வாகனத்தை பின்னோக்கிச் செலுத்தி நிறுத்தியதுமே என்னை முந்திக்கொண்டு வாகனத்திலிருந்து கீழே இறங்கியது மாத்தறைக்கும், ஹம்பந்தொட்டைக்குமிடையே அமைந்திருந்த தனது கிராமத்தில் மாத்திரம் இருக்கக்கூடிய வெண்தாமரைக் கூட்டம் வன்னி வனாந்தரத்திலும் இருந்ததில், தெரிந்தவரொரு வரைக் கண்டதும் எழும் புன்னகையோடு தான். தூரத்தில் பனைமரங்களும், உருண்டையான நெருப்புக் கோளம் போன்றி ருந்த சூரியனும் பின்புலத்தில் தென்படும் விதத்தில் தடாகத்தைப் புகைப்படம் பிடிப்பதே எனது தேவையாகவிருந்தது. அபாயத்தை எதிர்வுகூறும் செங்கொடிகளோ, மஞ்சள் மெழுகுப்புடவைக் கீற்றுக்களோ இல்லாதிருந்த போதிலும், இலேசாக மண்ணிலிருந்து தலை நீட்டியிருந்த கம்பியொன்று சார்ள்ஸின் கூர்மையான விழிகளில் தென்பட்டிருந்தது. அவர் அதைக் கை நீட்டிக் காட்டியதும் புன்னகைத்தவாறே தான். 'தாமரைகள் பூத்தபோதிலும், இன்னும் கொஞ்சகாலத்துக்கு தாமரைகளைப் பறிக்க முடியாது. சில வேளை தடாகத்திலும் குண்டுகளிருக்கக்கூடும்' எனக்கூறியதைப் போல எனக்குத் தோன்றியது.

அவ்வாறானதோர் இரும்புக் கம்பிமுனையானது அக்காணியில் நிலக்கண்ணி புதைக்கப்பட்டிருப்பதை எதிர்வுகூறும். அதற்கப்பால் ஆங்கில எழுத்து வடிவிலோ, சமாந்தர வரிசைகளாகவோ, பதற்றத்தோடு தப்பிச் செல்லும்போது ஆங்காங்கே புதைத்துச் சென்றவை போலவோ கண்ணி வெடிகள் புதைக்கப்பட்டிருக்கக் கூடும். சில காலத்துக்கு முன்னர் அவ்விடத்திலிருந்த இராணுவ வீரர்களுக்குத மது கிராமங்கள் நினைவில் வந்திருக்கக்கூடும். வெண்தாமரைகளைச் சுமந்தவாறு பௌத்த வகுப்பின் புத்த ஊர்வலத்தில் வரிசையாகச் சென்ற சந்தர்ப்பங்களும் ஞாபகம்

வந்திருக்கலாம். சார்ள்ஸ் முற்புதரொன்றின் கீழே விழுந்திருந்த துப்பாக்கி ரவைகளின் பித்தளை நிறத்திலான வெற்றுக் கோதுகள் சிலவற்றைப் பொறுக்கி என்னிடம் தந்தார்.

'ஆஹ்... மிஸ்க்கு இந்தப் பயணத்தை ஞாபகத்தில் வச்சுக்க இவை உதவும்தானே' என்ற விமலும் அதிலிருந்து ஒரு கோதை எடுத்து அதைத் தயாரித்த நாட்டைக் கண்டு பிடிப்பதற்குப் போல புரட்டிப் புரட்டிப்பார்த்தார்.

'ஐயோ எனக்கு வேணாம். விமலே எல்லாத்தையும் வச்சுக்குங்க'

அந்தத் துப்பாக்கிரவைகளால் எவரேனும் மரித்திருக்கவோ, காயமடைந்திருக்கவோ வாய்ப்பிருக்கிறதென எனக்குத் தோன்றியது. இவ்விடத்திலோ, அயலிலிருந்த காட்டிலோ இவ்வாறான ரவைக்கோதுகளைப் போல உடம்புகளிலிருந்து துண்டிக்கப்பட்ட கைகளினதோ,கால்களினதோ எலும்புத் துண்டுகள் மண்ணில் புதைந்து கிடக்க வாய்ப்பிருக்கிறது.

'போகலாம்... நேரமாகுதுதானே' என்ற நான் திரும்பவும் வாகனத்திலேறியது புகைப்படமெடுக்கும் ஆசை கூட இல்லாமல் தான்.

ஆட்கள் சிலர் குளித்துக் கொண்டிருந்த சிறிய குளமொன்றுக் கப்பால் மிகுந்த செழிப்பான தென்னந்தோட்டமொன்று தென்பட்டது. அது வன்னிக்கு உரித்தில்லாத குருணா கலையிலிருந்து தூக்கிக் கொண்டு வந்து அந்நிலத்தில் வைத்த காணியொன்றைப் போலிருந்தது. வெகுதொலைவுக்குத் தென்பட்ட தென்னைமர வரிசைகளிடையே காணப்பட்ட வெற்றிடங்களில் எவ்விதக் கோணலுமில்லை. தென்னைமட்டைகள் குவிக்கப்பட்டிருந்ததைத் தவிர, காட்டுப்புதர்களேதுவும் காணப்படாத அக்காணியின் புற்தரை கூட கடும் பச்சை நிறத்தில் காணப்பட்டது.

‘இது யாருக்குச் சொந்தமானது? இம்மாதிரியாகபோர் நடந்த இடங்கள்ல இவ்வளவு செழிப்பான தோட்டங்கள் இருப்பது சாத்தியமில்லையே?’

சார்ள்ஸ் எனது கேள்விக்கான பதிலை அறிந்திருக்கவில்லை. அதற்கு முன்பு பல தடவைகள் அங்கு வந்திருந்த விமல், அது யுத்தத்தின் காரணமாக பிரான்ஸுக்கு புலம் பெயர்ந்திருக்கும் குடும்பமொன்றுக்கு உரித்தானதெனக் கூறினார். சுனாமிக் குப் பிறகு அதைவறிய மக்களின் தேவைகளுக்குப் பயன்படுத்திக் கொள்வதற்காக விடுதலைப்புலிகள் இயக்கத்துக்கு வழங்கப் பட்டிருப்பதைத்தான் கேள்விப்பட்டதாக அவர் மேலும் கூறினார். விமல் செய்தி உருவாக்குவதில் திறமை வாய்ந்தவரென்பதால் தினசரிப் பத்திரிகையொன்றின் செய்தி ஆசிரியர் வேலைக்குப் பொருத்த மானவர் என நான்கூறியது, அவர் அவ்வாறான சந்தர்ப்பங்களில் ஏதேனுமொரு கதையைப் புனைந்து கூறுவார் என்பதை அறிந்திருந்ததால் தான்.

தெருவோரத்தில் தென்னோலை வேய்ந்த கருவாட்டுக் கடையொன்றில் பெரிய மீன்கள் தொங்கவிடப்பட்டிருந்தன. அதைச் சற்றுக் கடந்ததும் ஷெல்லடித் தாக்குதல் களால் துவாரமிடப்பட்டிருந்த கறுப்பு சிங்கள எழுத்துக்களைக் கொண்ட கொங்க்றீட் பெயர்ப் பதாகை அது’ ஆனையிரவு பிரதேசம் என்றது. களப்பு மணற்பரப்பும் நீர்ச்சாரலும் பாதையின் இருமருங்கிலும் பரந்திருக்கும், இலங்கை வரை படத்தின் பாம்புத்தலை அங்கு பப்பாளிப் பழத்தின் வடிவத்தை ஒத்ததாகக் காணப்படும் அந்த ஒடுங்கிய நிலப்பகுதி வரைபடத்தில் காணப்படாத அளவுக்கு அழகாக இருந்தது. அதன் வலப்புறத்தில் நன்னீரும், இடப்புறத்தில் உவர்நீரும் இருக்கும் விதமாக சிறிய பாலத்தின் கீழே இடைவெளி ஏது மற்றுகட்டப் பட்டிருப்பதாக நான் கேள்விப்பட்டிருந்தேன். அதன் உண்மைத்தன்மை குறித்து ஆராய்வது

எப்படிப் போனலும் எனது கைபேசிக்கு குறுந்தகவலொன்று வந்த ஓசை கேட்டதால் நாங்கள் அவ்விடத்தில் சற்று நேரம் தரித்திருந்து தகவல்களைப் பரிமாறிக் கொள்ளத் தீர்மானித்தோம்.

'பத்திரமாக வந்து சேர். நான் காத்திருக்கிறேன்' என எனது காதலன் அனுப்பியிருந்தார்.

'இப்போது ஆனையிரவில். மனது வலிக்கிறது' என நான் உடனடியாக பதிலனுப்பினேன்.

'கவலைப்படாதே செல்லம். நான் மாறமாட்டேன்' என உடனடியாக எனக்கு பதில் கிடைத்தது நான் குறிப்பிட்ட விடயத்துக்காகவல்ல. அது விவரித்துக் கூறவும் முடியாத, அவ்வழியில் மெதுவாகப் பயணிப்பதனால் மாத்திரம் உணரக் கூடிய மெல்லிய உணர்வு. நான் புறப்படும் முன்பு எம்மிடையே நிகழ்ந்த சிறுபிள்ளைத்தனமான ஊடலைக் குறித்து அவர் உத்தேசித் திருக்கக்கூடும். சார்ள்ஸும் கூட தனது காதலிக்கு குறுந்தகவலொன்றை அனுப்பிவிட்டு, அதற்கு முன்பு அவ்விடத்தில் கைபேசிகளுக்கான அலை வரிசைகள் கிடைப்பதைத் தான் அறிந்திருக்கவில்லை எனக் கூறியவாறு வாகனத்திலேறி கதவை மூடிக்கொண்டார்.

'நம்ம மிஸ் எங்கே போனாலும் இதை கையிலேயே வச்சுக்கொண்டு தானே போவார். கேளுங்களேன். மிஸ் சொல்வார் இலங்கையில எந்த இடத்திலும் சிக்னல் வேலை செய்ற இடத்தையும் செய்யாத இடத்தையும்' என விமல் உடைந்த ஆங்கிலத்தில் என்னைக் கிண்டல் செய்தார்.

வடமராட்சி சந்தியை கடந்து சற்று நேரத்திற்குப் பிறகு குட்டையான புதர்களிடையே இருந்த மண்பாதைக்கு வாகனத்தைத் திருப்ப சார்ள்ஸ் உத்தரவிடும் வரைக்கும் அங்கேயொரு பாதையிருப்பதே தென்படவில்லை. அப்பாதை சென்று முடிந்தது

சிறிய தொருகுளத்துடன் கூடிய மைதானத்துக்கு என்பதால் முன்பொரு காலத்தில் அங்கு வீடு வாசல்களும், வயல்களும் இருந்திருக்கக் கூடுமென எனக்குத் தோன்றியது. எனினும் தற்போது முற்புதர்களும், குட்டையான மரங்களும், ஷெல்குண்டுகள் பட்டுச்சிதைந்த பனை மரங்களுமல்லாது வீடொன்றின் அத்திவாரமொன்றாவது காணப்படாததால், அங்கு முன்பு வசித்தவர்கள் சிறிய மண் குடிசைகளில் வாழ்ந்தவறிய மக்களாக இருக்கலாம். சிலவேளை வேறு ஊர்களில் வசித்து வந்த மக்கள், பயிர் செய்வதற்காக மட்டும் இவ்விடத்துக்கு வந்து சென்றிருக்கலாம். யுத்தத்துக்குப் பிறகான வன்னியைப் போலவே யுத்தத்துக்கு முன்னரான வன்னிம் கூட எமக்கு எவ்வளவு அந்நியமானதாக இருந்திருக்கிறது?

குளத்தின் இக்கரையில் மிகவும் விசாலமான விளையாட்டு மைதானத்தைப் போல சுத்திகரிக்கப் பட்டிருந்தது நிலக்கண்ணி வெடிகளை அகற்றும் பெண்கள் நாற்பத்தெட்டுப் பேர் அடங்கிய குழுவைக் கொண்டு தான். குழுத்தலைவி வாணியும், முதலுதவி செய்யப் பயிற்றுவிக்கப்பட்டிருந்த வாசுகியும் வந்து எமக்கு அவர்களது பணியைப் பற்றி விவரித்துக் கூறியது தமிழ்மொழியில் தான். எனினும் அவர்களுக்குக் கிடைத்த நிலக்கண்ணி வெடிகள் சிலவற்றைக் கொண்டு அவை புதைக்கப்பட்டிருந்த குழிகளையும், அவற்றை அவர்கள் தோண்டி அகற்றிய வழிமுறைகளையும் எம்மால் புரிந்து கொள்ள முடியுமாக இருந்தது. சார்ள்ஸ் அவர்களுக்கு தமிழில் விவரிக்க இடமளித்துவிட்டு பிறகு அத்தகவல்களை ஆங்கிலத்தில் மொழிபெயர்த்துக் கூறினார். அங்கிருந்த பதாதைகளில் அவர்கள் பத்தொன்பது மாதங்களுக்குள் அழித்திருந்த கண்ணி வெடிகளின் எண்ணிக்கையும், அடித்துக் கொன்ற பாம்புகளின் எண்ணிக்கையும், விபத்துக்களேதும் நிகழ்ந்ததா போன்ற தகவல்களும் ஆங்கிலத்தில் குறிப்பிடப் பட்டிருந்தது. எவரும் விபத்தில் கொல்லப்

பட்டிருக்கவில்லை என்றபோதும் ஒருவர் காயமடைந்திருப்பதாகவும், இன்னுமொரு வரை பாம்பு தீண்டியதாகவும், இதுவரை நூற்றி அறுபத்தேழு பாம்புகளைக் கொன்றிருப்பதாகவும் அப்பதாதைகள் தெரிவித்தன. கண்ணிவெடிகள் இரண்டாயிரத்து எழுநூற்று எழுத்தெட்டை தோண்டியெடுத்து அழிப்பதை விடவும் பாம்புகளைக் கொல்வது சிரமமானதென எனக்குத் தோன்றியது. எனினும் அக்கேள்வியைக் கேட்பதற்கு சார்ள்ஸின் உடைந்த தமிழ் போதுமானதாக இருக்கவில்லை.

சார்ள்ஸ் கொண்டு வந்திருந்த மஞ்சள் நிறபாதுகாப்பு மேலாடையின் பட்டிகளை இறுக்கிக்கட்டி, வெண்ணிற தலைக் கவசத்தை அணிந்து கொண்டு, முகமறைப்பையும் கீழே இறக்கிவிட்டதும் சந்திர மண்டலத்துக்குச் செல்லத் தயாரானவள் போல எனக்குத் தோன்றியது. அக்குழுவிற்கு காக்கிச் சீருடைகளும், பூட்ஸ் சப்பாத்துக்களும், பாதுகாப்பு உபகரணங்களும் சார்ள்ஸ் பணிபுரியும் சர்வதேச இயக்கத்தாலேயே வழங்கப்பட்டிருந்தன. கடும் வெயிலில் அந்த ஆடைகளை அணிந்து கொண்டு முற்புதர்களையும், மரங்களையும் வெட்டுவதும், பத்து இருபது சென்றி மீற்றர்கள் உயரமான மரங்களை மிகக்க வனமாக மிதித்தவாறு கண்ணி வெடிக்கு எவ்வித அழுத்தமும் ஏற்படாதவாறு அதை மிதித்துக்கொண்டு அதை சரியான திசையில் சுழற்றி செயலிழக்கச் செய்வதுவும், பாம்புகளைக் கொல்வதுவும் எப்படிப் போனாலும் அங்கு சற்றுதூரம் நடந்து செல்வதே சிரமமாக இருந்தது. நிலக்கண்ணி வெடிகள் புதைக்கப்பட்டிருப்பதாகக் கருதப்பட்ட இடங்கள் மஞ்சள் நிற டேப் பட்டித்துண்டுகளை இழுத்து சிவப்பு வர்ணம் பூசப்பட்ட ஆப்புகள் கொண்டு வளைய மிடப்பட்டிருந்தன. கண்ணிவெடிகள் அகற்றப்பட்ட இடங்களில் முனையில் வெள்ளையடிக்கப்பட்ட ஆப்புகள் புதைக்கப்பட்டிருந்தன. கண்ணிவெடிகளைப் புதைக்கும் ஒழுங்கு முறைக்கேற்ப அவை புதைக்கப்பட்டிருக்கக் கூடும் என்ற

போதிலும் அவ்வாறிருக்காத குழிகளைச் சுற்றி மஞ்சள் வர்ணம் பூசப்பட்டமர ஆப்புகள் அடிக்கப்பட்டிருந்தன. மஞ்சள் நிற டேப்பட்டிகள் வரையிருந்த பாதுகாப்பான நிலப்பகுதியில் நாம் நடமாடிக் கொண்டிருந்த போது பணிக்கு ழுவிலிருந்து குளிர்பானங்களைப் பருக வருமாறு தெரிவிக்கும் குழலோசை ஒலித்தது. அவர்களது பணிப் பரிசோதகர் எட்வர்ட் மாஸ்டரும் கூட மோட்டார் சைக்கிளில் ஏறிச்சென்று வேறொரு காட்டு ஒற்றையடிப் பாதையில் உதித்தார்.

வரிசையாக வந்த யுவதிகளின் பாதுகாப்புக்க வசத்தை அகற்றியதும் அவர்களது காதுகளை அலங்கரித்துக் கொண்டிருந்த சிவப்புக் கல் பதித்த தங்கக்காதணிகள் சூரிய ஒளியில் பளிச்சிட்டன. அவர்கள் புன்னகைத்தவாறிருந்தார்கள்.

'நான் பேரு விஷாகா' என எனது பெயரை உடைந்த தமிழில் கூறி என்னை அறிமுகப்படுத்திக் கொண்டதோடு நான் அவர்கள் பெயர்களையும் கேட்டறிந்து கொண்டேன். அச்சந்தர்ப்பத்தில் நான் அறிந்திருந்த தமிழ் வார்த்தைகளும் கூட நினைவில் வரவில்லை.

'உங்கள் நெற்றியில் ஏன் பொட்டில்லை?' என ஒரு இளம் பெண் தனது கறுப்பு பொட்டிருந்த நெற்றியைச் சுட்டிக் காட்டிக் கேட்டதை நான் அனுமானித்துப் புரிந்து கொண்டேன். எனினும் சிங்களப் பெண்கள் எப்போதேனும் தம்மை அலங்கரித்துக் கொள்வதற்காக மாத்திரமே பொட்டு வைத்துக் கொள்வார்கள் என்பதை விக்கும் அளவிற்காவது நான் தமிழ்மொழியை அறிந்திருக்க வில்லை. அடுத்தது அவ்விடத்தில் சிங்களப் பழக்க வழக்கங்களைப் பற்றிக் கதைத்துக் கொண்டிருப்பது உசிதமானதுமல்ல.

'நெக்ஸ்ட் டைம்' என நான் நெற்றியில் கைவைத்து ஆங்கிலத்தில் கூறியது அவர்களுக்குப் புரிந்ததா என நானறியேன்.

ஒரு இளம்பெண் எனக்கு கசகசா இட்ட சிவப்பு சர்பத்தை

குவளையொன்றில் தந்து வரவேற்றார்.

சார்ள்ஸ் புகைப்படம் எடுத்ததனால் தன்னை அம்ரிதா என அறிமுகப்படுத்திக் கொண்ட, காதுகளில் ஜிமிக்கி அணிந்திருந்த பெண்ணின் தோளில் கையிட்டிருந்தேன். அவரும் கூட உடனடியாக தனது கரத்தை இடுப்பைச் சுற்றியிட்டு அரவணைத்துக் கொண்டார். நிலத்தைத் தோண்டுவதாலும், மரங்களை வெட்டுவதாலும் சொரசொரப்பாகவிருந்த அவர்களது கைகளால் எனது உள்ளங்கைகளைத் தடவித்தடவி 'மிருதுவாயிருக்கு' எனக் கூறியது எனது கைகளின் மென்மையைக் குறித்தாக இருக்கக்கூடும். சங்கிலித் தையலால் பூ அலங்காரமிட்டு ஆங்காங்கே வெள்ளி நிற கண்ணாடித் துண்டுகள் பதிக்கப்பட்டிருந்த எனது இந்தியப் பாவாடையும் அவர்களது மனம் கவர்ந்திருந்ததை உணர்ந்தேன்.

எனது தொழில் என்னவென அவர்கள் கேட்டபோது புத்தகங்களை எழுதுவது, ஓவியம் வரைவது, நடனக்கலைஞர் போன்றவற்றை நான் தெரிவித்தது அபிநயங்களால் தான். அதைக்கண்டு சார்ள்ஸ், விமல், எட்வர்ட் மாஸ்டர் ஆகியோரோடு சுற்றியிருந்த இளம்பெண்களும் ஒன்றாகச் சிரித்தார்கள்.

‘விஷாகாவுக் கென்றால் எவருடனும் விரைவாக நட்பாகிவிடத் தெரிந்திருக்கிறது’ என்ற சார்ள்ஸ் அச்சிரிப்புகளை தனது கேமராவில் படம்பிடித்துக் கொள்ள முனைந்தார்.

சிறிய வைரமொன்றைப் பதித்திருந்த மெல்லிய தங்கக் கீற்றுப் போலிருந்த எனது மோதிரத்தைத் தொட்டுப் பார்த்த அவர்கள் அபிநயத்தால் கேட்டது நான் திருமணமானவளா என்பதாக இருக்கக் கூடும். நான் நெஞ்சில் வலது கையை வைத்து இடக்கையால் ஐந்து விரல்களையும் விரித்துக் காட்டி ‘அஞ்சு போய் ஃபிரண்ட்ஸ்’ எனக் கூறியது விளையாட்டுக்காக என்பதைப் புரிந்து கொண்ட அவர்களுக்கு அது பெரிய நகைச்சுவையாக இருந்தது. அவர்கள்

பலதைக் கூறியபோதும் எனக்கு எதுவுமே புரியவில்லை.

பத்து நபர்களைக் கொண்ட குழுவின் தலைவியான புஷ்பம் ஒருகாலை இழுத்தவாறு சிரமத்தோடு நடமாடிக்கொண்டிருந்தார். சில வேளை அவர் யுத்தகாலத்தில் விடுதலைப்புலி போராளியாக இருந்து அங்கவீனமாகியிருக்கக் கூடுமென எனக்குத் தோன்றியது. குழுவிலிருந்த அநேகமானவர்களின் வயது பதினெட்டுக்கும் இருபத்தைந்துக்கும் இடைப்பட்டிருந்த போதிலும், புஷ்பத்தின் வயது முப்பத்தைந்தென சார்ள்ஸ் தெரிவித்தார். குளிர்பான ஓய்வுமுடிந்ததும் அவர்களிடமிருந்து விடை பெற்ற நாங்கள் வாகனத்தின் அருகே வந்ததும், வாணி என்னிடம் வருகையாளர்களின் குறிப்புப் பதிவேட்டினை நீட்டினார்.

'இக்குளத்தில் சிறு பிள்ளைகள் நீந்தும்
இக்கிராமத்தில் விவசாயிகள் நெல் அறுவடை செய்யும்
இந்நிலத்தில் இளம்பெண்கள் குண்டுகளையல்லாது
பிச்சிப்பூக்களைப் பறிக்கும்
எதிர்காலத்துக்கான
அமைதிப் பிரார்த்தனை!'

நான் ஆங்கிலத்தில் எழுதியவிடயம் வாணிக்குப் புரிந்திருக்காது.

'அவர்கள் அதை மொழி பெயர்த்துக் கொள்வார்கள்' என்ற சார்ள்ஸ், அக்குழுவின் குறைநிறைகளை விசாரித்தது பணிநிமித்தம் மனப்பாடமாக்கிக் கொண்ட தமிழைக் கொண்டு தான். அதுவரை அமைதியாக இருந்தபுஷ்பம் தனது சப்பாத்துக்கள் பெரிதாக இருப்பதால் நடப்பது சிரமமாக இருப்பதைக் கூறியதை நான் அனுமானத்தால் புரிந்து கொண்டேன். அவர் ஒரு நாளைக்கு ஐந்து கிலோ மீட்டராவது கண்ணி வெடிகள் புதைக்கப்பட்ட நிலத்தில்

அங்குமிங்குமாக நடமாட வேண்டியிருப்பதால், இரண்டு மாதங்களுக்கு முன்பு சப்பாத்துக்களைப் பகிர்ந்தளித்த தினமே கூறியிருந்தால் இப்போது அவருக்குப் பொருத்தமான ஒரு ஜோடிச் சப்பாத்துக்களை அனுப்பியிருப்பார்கள் என திரும்பி வரும்போது சார்ள்ஸ் என்னிடம் கூறினார். அவ்வளவு சிரமத்தோடு நடமாடிய புஷ்பம் மாத்திரமல்லாது, அவர்கள் அனைவருமே ஓமந்தை காவலரணில் வரிசையில் நின்று வவுனியாவை நோக்கிப் பயணித்த பயணிகளைப் போலல்லாது சிரித்த முகத்தோடிருந்தது வியப்பானது என எனக்குத் தோன்றியது.

'மௌனமேன்?'

சற்று நேரத்துக்கு முன்பு அந்தயுவதிகளோடு சேர்ந்து சிரித்துக் கொண்டிருந்த எனது மௌனம் சார்ள்ஸ்க்கு வியப்பளித்திருக்கக் கூடும்.

'அதைச் சொல்லத் தெரியவில்லை சார்ள்ஸ்.'

அரசியல், யுத்தம் மற்றும் சமாதானம் குறித்து பலதரப்பட்ட ஊடகங்களினூடாகப் பெற்றுக் கொண்ட கருத்துக்களைத் தெரிவிப்பதில் விருப்பம் கொண்டிருந்த விமலும் கூட உரையாடும் மனநிலையில் இருக்கவில்லை. 'முன்னால் வரும் சந்திக்கருகில் பொலிஸ் ஒளிஞ்சிட்டிருப்பாங்க. நான் ரெண்டு தடவை ஐநூறு ரூபாய்க்கு தண்டப்பணம் கட்டியிருக்கேன்' என்று மாத்திரம் விமல் கூறினார்

மீண்டும் ஆனையிரவு சிறு பாலத்துக்கருகில் வந்ததும் எமது கைபேசிகளிலிருந்து குறுந்தகவல்களை அனுப்பத் தொடங்கினோம்.

'பெரிய சப்பாத்துக்களை அணிந்து கொண்டு கண்ணி வெடிகளை அகற்றுவது, குண்டுகளை உடம்பில் கட்டிக் கொண்டு சென்று எவரையும் கொல்வதையும் விடச் சிறந்தது தான் என்ற போதும்

எனக்கு கவலையாக இருக்கிறது' என நான் காதலனுக்கு அனுப்பிய குறுந்தகவலுக்கு உடனடியாக பதில் வந்தது.

'நான் பாராளுமன்றத்தில் இருக்கிறேன். நீ எங்கிருக்கிறாய்? எனக்கு உனது குறுந்தகவலின் தலைபுரிந்தாலும் வால் புரியவில்லை'

'பாராளுமன்றத்தில் தலை தேவைப்படுவதில்லை. வாலையாட்டினால் போதும்' என அவருக்கு பதிலனுப்ப சந்தர்ப்பம் கிடைத்தது. சார்ள்ஸ் தனது காதலிக்கும், விமல் தனது நண்பருக்கும் குறுந்தகவல்களை அனுப்பி முடிந்திருந்ததால் காதலனிடமிருந்து பதில் வருவதற்கு முன்பே நாங்கள் மீண்டும் புறப்பட்டிருந்தோம்.

'சார்ள்ஸ் அவர்கள் அவ்வாறு சிரித்தவாறு இருப்பது பத்தாயிரம் ரூபாயளவு சம்பளம் கிடைப்பதால் மாத்திரமல்ல என எனக்குத் தோன்றுகிறது' என நான் பரந்தன் சந்தியைக் கடந்ததும் தோன்றும் பனைமரத்தைச் சுற்றி வளைத்திருக்கும் அரச மரத்தைக் கடக்கும் போது கூறினேன்.

'ஆமாம்... பணி சிரமமாக இருந்த போதிலும் போர் இடைவேளை ஆசுவாசத்தைத் தந்திருக்கக்கூடும். நான் அங்கோலாவில் இருந்ததால், பெரிய கலவரங்களுக்குப் பிறகு கிடைக்கக் கூடிய தூய்மையான தண்ணீர்க் கோப்பையொன்று, சூப்கோப்பையொன்று, இரண்டு பிஸ்கட்கள், இரவுவிடியும் வரைக்கும் மரண பயமற்று ஓய்வெடுக்க ஒரு இடம் கிடைப்பது கூட பெரும்பாக்கியமாகக் கருதப்பட இடமிருக்கிறதென எனக்குத் தோன்றுகிறது

'ஆமாம் இந்நாட்களில் ஈராக்கியர்களுக்கு அவ்வாறு ஒரு நாள் கலவரமேதுமற்று தமது குடும்பத்தாருடன் ஓய்வாக இருக்கக் கிடைப்பது கூட வரப்பிரசாதமெனத் தோன்றக்கூடும். '

மறு தினம் காலை வேளையில் நாங்கள் வவுனியாவை நெருங்கிய

போது நேரம் ஒன்பது மணியைக் கடந்திருந்தது. ஏனைய தினங்களில் எனது நாள் தொடங்குவது ‘இனியநாள்’, ‘பனி போர்த்திய பிச்சிப் பூச்செண்டு’ போன்ற குறுந்தகவல் என்னாலோ, காதலனாலோ ஒருவருக்கொருவர் பகிர்ந்து கொள்வதன் மூலமாகத் தான். அக்கணத்தி லிருந்து இரவில் நாங்கள் தொலைபேசி வழியாக உரையாடும் வரைக்கும் அல்லது நேரில் சந்திக்கும் வரைக்கும் இதமளிக்க எமக்கு அது போதுமானது. எனினும் அன்று பாராளுமன்றத்திலிருந்த காதலனுக்கு குறுந்தகவல் அனுப்பாது நான் முதலில் தகவல் அனுப்பியது சார்ள்ஸ்க்குத்தான்.

‘புஷ்பத்தின் சப்பாத்துக்களை அவருக்கு அனுப்பிவிட்டீர்களா?’